இலக்கியப் பயணங்களும் தமிழர் வரலாறும்

இலக்கியப் பயணங்களும் தமிழர் வரலாறும்

வாசு அரங்கநாதன்

வாசு அரங்கநாதன் 1988ஆம் வருடத்தில் அண்ணாமலைப் பல்கலைக்கழகத்தில் மொழியியல் ஆய்வுப் பட்டத்தைப் பெற்றுத் தமிழ்ப் பல்கலைக்கழகத்தில் ஓராண்டு பணிசெய்த பிறகு, அமெரிக்காவில் வாஷிங்டன் பல்கலைக்கழகம்வழித் தன்னுடைய கல்விப் பயணத்தை 1989இல் தொடங்கினார். மொழியைக் கணினிவழி ஆய்ந்த வாசு அரங்கநாதன், இலக்கியத்திலும் சமயத்திலும் ஈடுபடும் விதமாகத் தன்னுடைய இரண்டாவது முனைவர் பட்டத்தைப் (2010) பென்சில்வேனியா பல்கலைக்கழகத்தில் பெற்றார். தமிழ் மொழியையும் இலக்கியத்தையும் தெற்காசியத் துறையின் மாணவர்களுக்கு வாஷிங்டன், விஸ்கான்சின், மிஷிகன், பென்சில்வேனியா பல்கலைக்கழகங்களில் பயிற்றுவித்திருக்கிறார். பென்சில்வேனியா பல்கலைக்கழகத் தின் தெற்காசியத் துறையில் கடந்த பத்து வருடங்களாகப் பணிபுரிந்து வருகிறார். 'இக்காலத் தமிழில் வேற்றுமைகள்' என்பது பற்றியது இவருடைய அண்ணாமலைப் பல்கலைக் கழக முனைவர் பட்ட ஆய்வேடு. 'திருமந்திரத்தின் மொழித் திறன்' என்பது பற்றியது இவருடைய பென்சில்வேனியா பல்கலைக்கழக ஆய்வேடு. "Tamil Language in Context: A Comprehensive Approach to Learning Tamil", "Computational Approaches to Tamil Linguistics" என்னும் இரண்டு நூல் களை வெளியிட்டுள்ளார். கனடாவின் 'Tamil Literary Garden' இவருக்குச் சிறந்த தமிழ்க் கணினியாளருக்கான 'சுந்தர ராமசாமி விருதை' (2011) வழங்கிப் பாராட்டியது. இவருடைய இரண்டாவது நூலுக்கு, மொழியையும் கணினியையும் இணைக்கும் சிறந்த முயற்சி என 'அச்சுத மேனன் விருதை', Dravidian Linguistics Association, Kerala கொடுத்துப் பாராட்டியுள்ளது.

வாசு அரங்கநாதன்

இலக்கியப் பயணங்களும் தமிழர் வரலாறும்

காலச்சுவடு பதிப்பகம்

அன்பார்ந்த வாசகருக்கு, வணக்கம்.

காலச்சுவடு நூலை வாங்கியமைக்கு நன்றி. நூலின் உள்ளடக்கம், உருவாக்கம், அட்டைப்படம் இன்ன பிற அம்சங்கள் பற்றிய உங்கள் கருத்துகளையும் ஆலோசனைகளையும் காலச்சுவடு வரவேற்கிறது. தகவல், எழுத்து, வாக்கியப் பிழைகள் தென்பட்டால் கட்டாயம் தெரிவித்து உதவுங்கள். நூல் தயாரிப்பில் கடும் குறைபாடு இருப்பின் மாற்றுப் பிரதி உங்களுக்குக் கிடைக்க காலச்சுவடு ஏற்பாடு செய்யும்.

மின்னஞ்சல்: publisher@kalachuvadu.com
காலச்சுவடு நாகர்கோவில் தலைமையகத்துக்கும் கடிதம் அனுப்பலாம்.

தங்கள்
எஸ்.ஆர். சுந்தரம் (கண்ணன்)
பதிப்பாளர் - நிர்வாக இயக்குநர்

இலக்கியப் பயணங்களும் தமிழர் வரலாறும் ♦ கட்டுரைகள் ♦ ஆசிரியர்: வாசு அரங்கநாதன் ♦ © வாசு அரங்கநாதன் ♦ முதல் பதிப்பு: டிசம்பர் 2017 ♦ வெளியீடு: காலச்சுவடு பப்ளிகேஷன்ஸ் (பி) லிட்., 669, கே.பி. சாலை, நாகர்கோவில் 629001

காலச்சுவடு வெளியீடு: 806

ilakkiyap payaNankaLum tamizar varalaaRum ♦ Essays ♦ Author: Vasu Arankanathan ♦ © Vasu Arankanathan ♦ Language: Tamil ♦ First Edition: December 2017 ♦ Size: Demy 1 x 8 ♦ Paper: 18.6 kg maplitho ♦ Pages: 144

Published by Kalachuvadu Publications Pvt. Ltd., 669, K.P. Road, Nagercoil 629001, India ♦ Phone: 91-4652-278525 ♦ mail: publications @kalachuvadu.com ♦ Wrapper printed at Print Specialities, Chennai 600014 ♦ Printed at Mani Offset, Chennai 600077

ISBN: 978-93-86820-26-6

12 /2017/S.No. 806, kcp 1921, 18.6 (1) KLL

என் தாய்க்கும் தந்தைக்கும்

உள்ளடக்கம்

அணிந்துரை	
ஒரு புதிய ஆய்வுத்துறை வழிகாட்டி	11
நன்றியுரை	15
முன்னுரை	19
1. இலக்கிய உத்திகள்	41
உவமைகள், உருவகங்கள் மற்றும் சங்ககாலத் தமிழ்க் கேளிர்	42
எள்ளி நகையாடல்	64
மிகைப்படுத்தல்	66
இயற்கைக்கும் விலங்குகளுக்கும் மானுடவியற் தன்மைகள் அளித்தல்	69
ஆகுபெயர்	72
ஒன்றுக்கு ஒன்று முரணாக வெளிப்படுத்தல்	79
இலக்கியத்துக்கு மெருகூட்டும் பெயரடைகள்	80
உள்ளுறைப்பொருளும் வெளிப்படைக் கூற்றும்	83
சொற்களின் சந்தமும் இலக்கிய உத்தியும்	85
கற்பனை நயமும் இலக்கிய உலகும்	86
மனச்சங்கடப் போக்கும் புதிய சொற்களின் உருவாக்கமும்	90

2. தமிழ்ச் சமய இலக்கியங்களின் திறனும் சமயக் கோட்பாடுகளும் — 95

    திருமூலரின் இலக்கியத் திறன் — 96

    வைஷ்ணவ இலக்கியங்களில் இலக்கியத் திறன் — 101

    சமய இலக்கியங்களில் தமிழ்ச்சொற்களும் வடச்சொற்களும் — 109

3. மொழி மாற்றங்களும் இலக்கியத்தின் பங்கும் — 111

    வழக்கிழந்த உருபுகளும் வினையமைப்புகளும் — 112

    'லாம்' என்ற உருபு தோன்றிய விதம் — 113

    தொடர்வினைகளும் மயக்கம் தரும் மொழியியற் சூழலும் — 115

    இலக்கியங்கள்வழி 'இலிருந்து' 'இடமிருந்து' போன்ற விகுதிகள் — 117

    இலக்கியங்கள்வழி 'பற்றி' என்பது பற்றி — 117

    'என்' எனும் வினையும் தமிழில் ஏற்பட்ட அடிப்படை மாற்றங்களும் — 118

    இலக்கியங்கள்வழித் துணைவினைகளில் ஏற்பட்ட மொழிமாற்றங்கள் — 120

    கொள் எனும் வினை கொண்டிரு, கொள் எனும் துணைவினைகள் — 120

    ஒத்திரு மற்றும் போலிரு எனும் வினையினின்று 'ஒத்து' மற்றும் 'போல்' எனும் உவமை உருபுகள் — 122

    வடமொழியோடு இணைந்த தமிழ் மொழி — 123

    உரிச்சொற்களும் பெயரெச்சமும் — 126

    அருகிவரும் பழந்தமிழ்ச் சொற்களும் வரலாற்று மாற்றங்களும் — 128

    ஆய், ஆய்த்தி, ஆச்சி, ஆய்ச்சியர் — 131

    ஒலிவிலகலின் ஈடாக ஏற்படும் உயிரெழுத்து நீட்டல் — 135

முடிவுரை — 138

மேற்கோள் நூல்கள் — 140

அணிந்துரை

ஒரு புதிய ஆய்வுத்துறை வழிகாட்டி

நூலின் முடிவுரையில் சொல்லியுள்ளபடி 'சில மொழிவழி மாற்றங்கள், இலக்கியங்களின்வழித் தமிழர்களின் வாழ்வுமுறையில் ஏற்பட்ட பல குறிப்பிடத்தகுந்த மாற்றங்கள் என அனைத்தை யும் விளக்கத் தமிழ் இலக்கியங்களை மிகவும் நுணுக்கமாகத் திறனாய்வு செய்தல் தேவை' என்ற கருத்தை 'இலக்கியப் பயணங்களும் தமிழர் வரலாறும்' என்ற இந்த நூல் முன்வைத்துள்ளதன் மூலம் 'ஒரு புதிய ஆய்வுத்துறை வழிகாட்டி' என்ற கருத்தை ஏற்படுத்துகிறது.

முன்னரே தமிழ் இலக்கிய வரலாறும் அரசியல் சமூக வரலாறும் தனித்தனியே ஆராயப்பட் டுள்ளன. ஆனால் இவ்விரண்டு ஆராய்ச்சிகளை யும் இணைத்துக் கோட்பாட்டு நிலையில் மொழியியல், இலக்கியவியல் என்ற இரண்டு ஆய்வுமுறைகளும் இந்த நூலில் மிகவும் கவனமாக மேற்கொள்ளப்பட்டுள்ளன.

வரலாறு என்பதால் சங்க இலக்கியங்களின் தொடர்ச்சியாகவே பக்தி இலக்கியங்கள் உள்ளன என்று கொண்டு இலக்கியங்களில் அமையப்பெற்ற அங்கதம், உவமை, உருவகம், உறழ்ச்சி, உயர்வு நவிற்சி, மிகைப்படுத்தல் போன்ற பல அணிநலன்களை ஆராய்ந்து, தமிழர் வாழ்வு தமிழ் இலக்கியங்களின் வளர்ச்சியோடு இணைந்து

சங்ககாலத்திலிருந்து தொடர்ந்து வளர்ந்துவந்துள்ளதை எடுத்துக் காட்டுவது சிறப்பாக அமைந்துள்ளது.

சங்கத்தமிழ் இலக்கியங்கள் எவ்வாறு தமிழர் வாழ்வு முறையையும் பண்பாட்டையும் வரலாற்று ஆவணமாகக் கொண்டிருக்கின்றன என்பதிலும் அவ்வரலாற்றுச் செய்திகளை எங்ஙனம் தமிழ் இலக்கியங்களைப் பல கோணங்களில் திறனாய்வு செய்யும்போது நாம் பெறலாம் என்ற முயற்சியிலும் இந்நூல் ஈடுபட்டுள்ளதாக நேரடியாகக் குறிப்பிடுகிறது.

'இலக்கியப்பண்பு எனும் நோக்கில் ஆய்வு செய்யும்பொழுது, சங்க இலக்கியங்களின் தொடர்ச்சியாகவே பக்தி இலக்கியங்கள் உள்ளன எனக் கொள்ளவேண்டுமே தவிர, அவை இருவேறு தொடர்பற்ற வழிகளை எடுத்துள்ளதாகக் கொள்ள இயலாது' என்பதைப் பல உதாரணங்கள் மூலம் இந்நூல் தெளிவுபடுத்தி யுள்ளது சிறப்பாக அமைந்துள்ளது.

'வையாபுரிப் பிள்ளையின் கருத்திற்கிணங்க சங்ககாலத்தி லிருந்து இடைக்காலத் தமிழுக்கு மாறியபோது பல மொழியியல் மாற்றங்கள் ஏற்பட்டன என்பது உண்மையே. சமய இலக்கியங் களில் தமிழ்மொழியைக் கையாண்டவிதம் மொழி மாற்றங்கள் பலவற்றுக்கு வித்திட்டுள்ளது என்பது மறுக்க முடியாத உண்மை. குறிப்பாக "லாம்", "கொண்டிரு", "விடு", 'கொள்' போன்ற பல புதிய வினையமைப்புகளும் புதுப்புதுப் பொருளும் தமிழுக்கு வந்ததற்கு இடைக்காலத்தில் தமிழைப் பல கோணங்களில் அளவுக்கு அதிகமாகப் பயன்படுத்தியதே காரணம் எனலாம்' என்ற வாசகம் ஆசிரியருடைய கருத்தின் முன்னோடியாகவும் வழிகாட்டியாகவும் விளக்கமாகவும் அமைந்துள்ளது.

இக்காலத் தமிழில் நாம் பயன்படுத்தும் சில சொற்றொடர்கள், வழக்குகள், கருத்துகள் போன்றவை சங்ககாலம், சமய இலக்கியம், புராணங்களின் அடிப்படையில் இருக்கின்றன என்பதை அலசிப்பார்க்க வேண்டியுள்ளது. எடுத்துக்காட்டாக "ஈசல் வாழ்க்கை", "புறமுதுகு காட்டாத் தமிழ்த் திறன்", "சான்றோன் ஆக்குதல் தந்தைக்குக் கடன்", "பிரமாண்டம் (பிரமனின் அண்டம்)", "அரிச்சந்திரன் வீட்டுக்குப் பக்கத்து வீட்டுக்காரன்", "தர்மம் ஞாயம்", "அரசன் அன்று கொல்வான்! தர்மம் நின்று கொல்லும்" என்பன போன்ற எண்ணிலடங்காக் கருத்துகள் இன்றும் தமிழர் வாழ்வோடு பின்னிப் பிணைந்துள்ளன. இவை தமிழர்களுக்கு எங்கிருந்து வந்தன, எப்படி வந்தன என்பன போன்ற கேள்விகளுக்கு விடையளிக்கும்போது நாம் நமது சங்கத் தமிழ் இலக்கியங்களை மட்டுமல்லாது புராண இலக்கியங்களையும் கூர்ந்துநோக்க வேண்டிய கட்டாயத்துக்கு

உள்ளாகிறோம்.' அப்படி அவர் கூர்ந்துநோக்கி இந்த நூலை எழுதியுள்ளார். எனவே வரவேற்கத் தகுந்த புது முயற்சி என்பதில் எள்ளளவும் சந்தேகம் இல்லை.

மொழியியல் படித்து மொழியியலில் முனைவர் பட்டம் பெற்றவர்; வெளிநாட்டுக்குச் சென்று பிறமொழி மாணவர்களுக்குத் தமிழ் மொழி, இலக்கியம், பண்பாடு கற்பித்ததால் தமிழ் இலக்கியங்களில் பயிற்சி பெற்று, பக்தி இலக்கிய மொழியில் இன்னொரு முனைவர் பட்டம் பெற்றதன் வெளிப்பாடு மூன்றாவதான இந்த நூல். *Tamil Language in Context: A Comprehensive Approach to Learning Tamil', 'Computational Approaches to Tamil Linguistics'* என்பவை அவருடைய முந்திய இரண்டு நூல்கள்.

அறிஞர்கள் உலகம் இந்த நூலையும் ஆய்வு முறையையும் ஏற்பதன் மூலம் தமிழாய்வு வளரவும் ஆசிரியர் மேலும் பல நூற்களை எழுதவும் இந்நூல் தூண்டுகோலாக அமையுமாக!

அண்ணாமலை நகர் **செ.வை. சண்முகம்**
18-11-2016

நன்றியுரை

தமிழையும் தமிழர்களின் வரலாற்றையும் அறியத் தமிழ் இலக்கியங்களைப் பல்வேறு கோணங்களில் கூர்ந்துநோக்கவேண்டியது தேவை என்னும் கருத்தின் அடிப்படையில் சிறு முயற்சியை மேற்கொள்கிறது இந்நூல். மொழி வளர்ந்த விதம், இலக்கியங்கள் பெருகிய விதம், தமிழர்கள் இலக்கியங்கள் வழித் தங்களின் பண்பாட்டை வகுத்துக்கொண்ட முறை ஆகியன பற்றி அறியத் தமிழ் இலக்கியங்கள் கூறும் உண்மைகளையும் மொழியின் அமைப்பையும் மொழியின் மாற்றங்களையும் தமிழர்களின் வாழ்வுமுறையையும் இணைக்க வேண்டியது அவசியமாகிறது. இலக்கியங்களின் வரலாறு, தமிழர்களின் பண்பாடு என்பனவற்றைத் தனித்தனியாக அறிந்துகொள்வது என்பது இலக்கியம், மொழி, பண்பாடு இவற்றை இணைத்து நோக்கினால்தான் இயலும் என்ற கருத்தை வலியுறுத்துகிறது இந்நூல். சங்ககால இலக்கியங்கள், பக்தி இலக்கியங்களோடு இக்கால வழக்குமுறைச் சொற்றொடர்கள், தமிழ் மொழியின் பண்பு ஆகியனவற்றை 'முன்னுரை', 'இலக்கிய உத்திகள்', 'தமிழ்ச் சமய இலக்கியங்களின் திறனும் சமயக் கோட்பாடுகளும்', 'மொழி மாற்றங்களும் இலக்கியத்தின் பங்கும்' என்னும் நான்கு இயல்களில் அலசும் முயற்சி இது. மொழியியல், இலக்கியம், மொழி மாற்றம் ஆகியன பற்றிக் கடந்த இருபது ஆண்டுகளுக்கும் மேலாக நான் செய்து வந்த ஆராய்ச்சி, அதன் அனுபவங்களின் அடிப்படையில் இந்நூல் உருவாகியுள்ளது.

இலக்கியப் பயணங்களையும் தமிழ் மொழியின் பயணத்தையும் தொடர்ந்த எனது இந்த ஆராய்ச்சிப் பயணம் பலரின் ஊக்கம், அறிவுபூர்வக் கலந்துரையாடல், கற்றல், கேட்டல் ஆகிய முயற்சிகளின் தொடர்ச்சி எனலாம். 'சிதமிழ்' என்னும் தமிழ் இலக்கியங்களுக்கான மின்வழிக் கலந்துரையாடல்வழி ஏற்பட்ட கருத்துப் பரிமாற்றங்கள் இந்நூலின் பல கருத்துகளுக்கு வழிவகுத்துள்ளன. 'ஈசல் வாழ்க்கை', 'கலம்தொடா மகளிர்', 'என்ன தவம் செய்தனை' என்பது 'செய்தாய்' என்னும் வினையின் மொழிமாற்றமே என்பது பற்றி, 'கொம்பு கிழித்தது' என்பதில் 'கொம்பு', 'கிளை' என வழங்கி வரும் வட்டார வழக்கு பற்றி, 'ஆச்சி', 'ஆய்ச்சியர்' போன்ற இன்னும் பல கருத்துப் பரிமாற்றங்கள் இக்குழுமத்தில் நடந்தன. இக்குழுமம்வழித் தமிழ் இலக்கியங்கள், மொழி பற்றிய உரையாடலுக்கு ஊக்கமளித்த உலகெங்கிலுமுள்ள அறிஞர் பெருமக்களுக்கு என் முதற்கண் நன்றி உரித்தாகுக. இவர்களின் உந்துதல்கள் என்னை 'இலக்கியச் சூழல்' பற்றியும் 'இலக்கியப் பயணங்கள்', 'மொழி மாற்றங்கள்' பற்றியும் ஆய்வு மேற்கொள்ளச் செய்தன என்றால் அது மிகையாகாது.

தமிழ் மொழியியல், தமிழ் மொழி இலக்கணம், தமிழ் இலக்கியம் ஆகியன வழி எனது ஆய்வு வாழ்வின் வழிகாட்டியாகத் தொடர்ந்து இருந்து வருபவர் பேராசிரியர் செ.வை. சண்முகம் அவர்களே. 'ஆய்வு' என்றால் என்ன என்று வலியுறுத்தி வழிகாட்டியதிலிருந்து இந்நூலின் வளர்ச்சி வரை ஒவ்வொரு படியிலும் இந்நூலைத் தன்னூலாக எண்ணி அவர்கள் எனக்கு உறுதுணையாக இருப்பது எனது வாழ்வின் பேறு என்றே எண்ணுகிறேன். தமிழ் மொழியியற் குடும்பம் எனும் ஒரு குடும்பம் அவர்களின் தொடர்ந்த தமிழ்ப்பணியால் உருவானது. அவர்களின் தொடர்ந்த தமிழ் ஆய்வும் அவர்கள் எழுதிய எண்ணிலடங்காத் தமிழ் நூல்களும் தமிழ் மொழியியற் குடும்பத்தில் உள்ள ஒவ்வொருவருக்கும் கிடைத்தற்கரிய பொற்குவியல்களே!

பேராசிரியர் சு. இராசாராம், பேராசிரியர் ச. அகத்தியலிங்கம், பேராசிரியர் இ. அண்ணாமலை, பேராசிரியர் கி. அரங்கன் இன்னும் பலர் அடங்கிய இத்தமிழ் மொழியியற் குடும்பம் தமிழ் மொழிக்கும் மொழியியலுக்கும் தமிழ் இலக்கியத்துக்கும் எண்ணிலடங்கா கருத்துக் கருவூலங்களை அளித்துள்ளது; தொடர்ந்து அளித்தும் வருகிறது. குறிப்பாகப் பேராசிரியர் சு. இராசாராம், பேராசிரியர் இ. அண்ணாமலை ஆகியோர் இந்நூலின் முந்திய படியைப் படித்து எனது கருத்துப்பேழையைக் கிளறியது அறிந்து மகிழ்கிறேன். அவர்களுக்கு எனது நன்றியை இங்குத் தெரியப்படுத்த விழைகிறேன்.

பென்சில்வேனியா பல்கலைக்கழகத்தில் நான் சமர்ப்பித்த 'திருமூலரின் மொழி' பற்றிய முனைவர் பட்ட ஆய்வேட்டுக்காக எனது ஆய்வை மேற்கொண்டபோது தமிழ்மொழியில் இயல்பாக ஏற்பட்ட சில மாற்றங்கள் பற்றி அறியமுடிந்தது. 'ஆகும்' என்னும் வினை 'ஆம்' என மாறியதிலிருந்து 'ஆது', 'லாம்' போன்ற விகுதிகளையும் தொடர்ந்து உற்றுநோக்கவேண்டிய தேவையை உணர்ந்தேன். இம் மொழிப்பண்புகளில் ஏற்பட்ட மாற்றங்கள் இலக்கியங்கள்வழி வந்துள்ளன என அறியும்போது இலக்கியங்களே தமிழ்மொழி மாற்றங்கள் பலவற்றுக்கு வழிகோலின என்னும் உண்மையை அறியமுடிந்தது. இவ்வாய்வேட்டை எழுத எனக்கு வழிகாட்டியாக இருந்த பேராசிரியர் ஹெரால்டு ஷிப்மென் அவர்கள் இந்நூலின் பல கருத்துகள் பற்றி நான் அறிய முன்னிருந்தவர். அவருடைய தமிழ்மொழித் திறமையும் தமிழ்மொழிப் பற்றும் எனது வளர்ச்சிக்குப் பலவிதத்திலும் வித்திட்டன.

இந்நூலின் கருத்துகள் பலவற்றைப் பலர் வழியாக அவ்வப்பொழுது பெற்று வந்தேன். இவ்வழியில் பேராசிரியர்கள் மறைமலை இலக்குவனார், அப்பாசாமி முருகையன், ஆ. கார்த்திகேயன், மா. கணேசன், இரவிசங்கர் கங்காதரன், எல். இராமமூர்த்தி ஆகியோர் இந்நூலின் உருவாக்கத்தின் போது உறுதுணையாக இருந்துவந்துள்ளார்கள். அவர்களுக்கும் எனது நன்றியைத் தெரிவித்துக்கொள்கிறேன். இந்நூல் நிறைவுபெற்றது என்று என்னால் என்றும் கூற இயலாது. இப்பொழுதுதான் எனது கருத்துகளுக்கு இந்நூல்வழி ஒரு உருவம் கிடைத்திருக்கிறது என்பேன். எனது கருத்துக்கும் ஆய்வுக்கும் தொடர்ந்து ஆதரவு அளித்து வரும் அறிஞர் பெருமக்களுக்கு எனது நன்றி.

தமிழ்த்தொண்டு என்பது தமிழில் ஆய்வுசெய்பவர்களோடு நின்றுவிடாது, அத்தொண்டு ஆய்வுகளைச் சரியாக மதிப்பிட்டு வெளியுலகுக்குக் கொண்டுசெல்லும் தமிழ்ப் பதிப்பகத்தாருக்கும் உண்டு. இவ்வகையில் எனது நூலைப் பிரசுரிக்க முன்வந்துள்ள காலச்சுவடு பதிப்பகத்திற்கு எனது மனமார்ந்த நன்றியைத் தெரிவித்துக்கொள்கிறேன். அவர்கள் எனது நூலைப் பற்றிய கருத்துரையை முறைப்படி பெற்றுப் பிரசுரிக்க முன்வந்தது குறித்து மகிழ்கிறேன்.

பென்சில்வேனியா பல்கலைக்கழகம்   **வாசு அரங்கநாதன்**
7-11-2016

முன்னுரை

சங்ககாலம் தொட்டு இக்காலம் வரையிலான தமிழ் இலக்கியங்கள் தமிழர்களின் வாழ்வோடும் பழக்கவழக்கங்களோடும் பின்னிப்பிணைந்துள்ளன என்றால் அது மிகையாகாது. வேறெந்த இனத்தினரிடமும் இல்லாத குணமாகத் தமிழர்களின் பண்பாடு 'இலக்கியப் பண்பாடு' என்று கூறுகிற அளவுக்குத் தமிழர் வாழ்வு தமிழ் இலக்கியங்களின் வளர்ச்சியோடு இணைந்து சங்ககாலத்திலிருந்து தொடர்ந்து வளர்ந்து வருகிறது. தமிழ்த்தன்மை, தமிழ்த்தேசியம், தமிழர்க் கொள்கை, தமிழர் வீரம், தமிழர்ப் பண்பாடு, தமிழர்களின் இலக்கியப் பண்பாடு என்பன போன்ற தமிழையும் தமிழர்களையும் தனித்துக் காட்டும் கருத்துகளுக்கு முக்கியக் காரணமாகவும் அடிகோல்களாகவும் இருப்பனவற்றுள் தமிழ் இலக்கியங்களுக்கும் பண்டைத் தமிழ் இலக்கணங்களுக்கும் முக்கியப் பங்கு இருக்கிறது எனலாம்.[1] இத்தகைய கருத்துகளுக்கு வழிகோல்பவை சங்க இலக்கியங்களே எனவும் சங்ககாலத்துக்குப் பிற்பட்ட சமய இலக்கியங்கள் தமிழர்களின் புதிய வரவு என்றும் அவற்றைத்

1 "Indeed, this is typically how the few scholarly works that deal with the question of Tamil, if only tangentially, gloss it—as "Tamil nationalism," or its variant, "Tamil revivalism," and as such, an entity that is forged in the shadows of metropolitan Indian nationalism." (Ramasamy, 1997:10). "In the modern period, Tamil nationalism was built politically around the Tamil language and the culture portrayed to be represented by it. One of its manifestations has been the purification of the language by eliminating the presence of Sanskrit at the lexical level." (Annamalai 2011).

தமிழர்ப் பண்பாட்டின் வேராகக் கருதமுடியாது எனவும் சிலர் கருத்துத் தெரிவிப்பர்.[2] இக்கருத்துகளுக்கு அப்பாற்பட்டுத் தமிழ் இலக்கியங்களைச் சங்ககாலத்திலிருந்து இக்காலம் வரை இலக்கியத் திறனாய்வு, தமிழ் மொழியின் வளர்ச்சி, தமிழர்களின் இறைவழி, தமிழர்களின் வரலாறு போன்ற பல கருத்துகளின் அடிப்படையில் முறையாக அணுகவேண்டியது அவசியமாகிறது. தமிழ் இலக்கியங்கள் காலங்காலமாகத் தமிழர்களின் வாழ்வோடு பலவாறும் இணைந்து தமிழர்களின் பண்பாட்டை இலக்கியப் பண்பாடு என்று கூறும் அளவுக்குத் தமிழர்களின் வாழ்வோடு பின்னிப் பிணைந்துள்ளன என்பதே சரியான கூற்றாகும்.

இலக்கியங்கள்வழி வரலாறு

சங்கத்தமிழ் இலக்கியங்கள் எவ்வாறு தமிழர் வாழ்வு முறையையும் பண்பாட்டையும் வரலாற்று ஆவணங்களாகக் கொண்டிருக்கின்றன, அவ்வரலாற்றுச் செய்திகளை எங்ஙனம் தமிழ் இலக்கியங்களைப் பல கோணங்களில் திறனாய்வு செய்யும்போது நாம் பெறலாம் என்ற முயற்சியில் இந்நூல் ஈடுபடுகிறது.இத்தகையத் திறனாய்வு வழிமுறைகளை இலக்கியத்தில் நாம் எங்ஙனம் காணவேண்டும்? தமிழ்மொழி மாற்றங்கள் மூலம் நாம் அறியவேண்டியன என்ன? எடுத்துக்காட்டாகக் ‘கலம் தொடா மகளிர்’, ‘கழிகலம் மகடூ’ என்னும் அடிகளைச் சங்கப் பாடல்களில் சில இடங்களில் காண்கிறோம். (புறம். 261, புறம். 299). இக்கருத்துக்கும் ‘மட்கலங்களைத் தீட்டுடன் தொட்டால் அக்கலங்களும் தீட்டாகும். அவற்றை மேலும் பயன்படுத்தாமல் உடைத்தெறிய வேண்டும்,’ என இன்றும் வழக்கத்தில் இருக்கும் பழக்கத்துக்கும் எந்தவிதத் தொடர்பும் உண்டா, தமிழர்கள் வாழ்வோடு அறியப்படும் ‘தீட்டு’ என்னும் கருத்தைப் பற்றி அறிய உதவும் மேற்படி பாடல் அடிகள் இவ்வழக்கத்தோடு சங்க காலத்தையும் நம்மையும் இணைக்கின்றனவா என்பன போன்ற பல வினாக்களுக்கு விடை பெற முனையும்போது தமிழர்கள் வாழ்வுமுறையையும் அவர்களின் பண்பாடு இலக்கியங்கள்வழிக் காலங்காலமாக வளர்ந்து வந்துள்ளதையும் அறியலாம்.

---

2 “சங்க இலக்கியங்கள் பற்றிய நமது ஆய்வுகள் தனியே மரங்களைப் பார்ப்பதாக மாத்திரம் அமைந்துவிடாது, அம்மரங்களினால் ஆன காட்டைப் பார்ப்பதாகும். அதே வேளை தனியே காடென்று பார்க்காமல் அக்காட்டிலுள்ள மரங்களைப் பார்த்து, அதாவது தொகுத்தும் தனித்தும், தனித்தும் தொகுத்தும் பார்த்துச் சங்கப் பண்பாடு பற்றிய ஒரு முழுமையான பார்வையைப் பெற்றுக்கொள்ள வேண்டும். ஏனெனில், இந்தச் சங்கப் பண்பாட்டினுள் தமிழ்ப் பண்பாட்டின் ஆழமான வேர்கள் உள்ளன.” (சிவத்தம்பி, 2008:165).

‘ஆச்சி’ என்னும் சொல்லின் வரலாற்று மாற்றங்களை நோக்கும்போது இது சங்ககாலத்தில் ‘தாய்’ என்னும் பொருளில் பயன்படுத்திவந்த ‘ஆய்’ என்னும் சொல்லின் மாற்றமே என்பதை அறியமுடிகிறது. ‘ஆய்த்தி’ என்னும் சொல்லில் ‘அண்ண ஒலியாக்கம்’, ‘ய்’ விடுபடுதல் போன்ற ஒலிமாற்றங்களுக்கு உட்பட்டு ‘ஆச்சி’ என்னும் சொல் வந்துள்ளது என்பன போன்ற கருத்துகள் சங்ககாலத்தை நம்மோடு இலக்கியங்கள், மொழி மாற்றங்கள் வழி இணைப்பதை அறிந்துகொள்ளமுடிகிறது.[3] மாறாக, ஆயர்குல மங்கையர்களை ‘ஆய்ச்சியர்’ எனவே சங்ககாலப் பாடல்களிலும் பக்திப் பாடல்களிலும் காண்கிறோம். இச்சொல்லில் ‘ய’ விடுபடுதல் நிகழாமை குறிப்பிடத்தக்கது. ‘ஆச்சி’, ‘ஆய்ச்சி’ என்னும் இருவேறு சொற்கள் தனித்தனி ஒலிமாற்றங்கள் வழி ‘ஆய்த்தி’ என்னும் சொல்லிலிருந்து இருவேறு பொருளில் மயக்கத்தைத் தவிர்த்து வழங்கிவருவதும் மொழிப்பண்பில் முக்கியமான உத்தியாகும். அதாவது சில சொற்களில் நடைபெறும் ஒலிமாற்றங்கள் பொருள் மயக்கம் தரும் வகையில் ஏற்படுமேயானால் அதைத் தவிர்க்கும் வகையில் ஒலிமாற்றங்கள் வேறுபட்டு நிகழும் என்பதை மனதில் கொள்ள வேண்டும். இவ்வகையில், இலக்கியத்தில் புதைந்துள்ள உண்மைகளும் ஒலிமாற்றங்கள்வழிக் காலங்காலமாகத் தமிழ்ச் சொற்களில் ஏற்பட்டுவந்துள்ள மொழி மாற்றங்களும் தமிழர்களின் வரலாற்றை அறிய உதவும் காரணிகளாக இருக்கின்றன என்றே கொள்ளவேண்டும். பொருள் மயக்கத்தைத் தவிர்ப்பனவாகவே ஒலிமாற்றங்கள் நடந்துவந்துள்ளன என்றுதான் அறியவேண்டுமே தவிர அவை வரையறையெதுவும் இன்றி நிகழ்வன என்று அறியமுடியாது. இத்தகைய நோக்கில் மொழியின் பண்பையும் இலக்கியங்களின் பண்பையும் ஒரு வரையறையுடன் ஆய்ந்து நோக்குவதன் அவசியத்தை மேற்கூறிய சொற்கள் போன்ற பல எடுத்துக்காட்டுகள் உறுதிசெய்கின்றன.

‘வண்டுகள்’, ‘புணைகள்’, ‘ஈசல்கள்’, ‘கிளைகளில் பாயும் குரங்குகள்’ (கலை பாயும் சிலம்புகள்) போன்றன உட்படுத்திய எண்ணிலடங்கா உவமைகளும் உருவகங்களும் தமிழ் இலக்கியங்களில் ஒரு பொதுவான ‘இலக்கியச் சூழல்’ இருந்து வந்ததைச் சுட்டிக்காட்டுகின்றன. ‘வண்டு தாதூதும் ஊரன்’ (ஐங். 89), ‘வண்டுதாதூதத் தேரை தெவிட்ட . . .’ (ஐங்.

---

3 ‘ஆய்த்தியர்’ என்னும் சொல் ‘பசு மேய்க்கும் பெண்கள்’ என்னும் பொருளில் பயன்படுத்தப்பட்டு வந்துள்ளது. காண்க: ‘மாமருண்டன்ன மழைக்கண் சிற றாய்த்தியர்’ – கலி. 108:45. ‘கொல்லேற்றுக் கோடஞ்சு வானை மறுமையும் புல்லாளே ஆய மகள்’ – கலி. 103:63. ‘கொல்லுகின்ற தன்மையை உடைய காளையை அடக்க அஞ்சுவானை மறுபிறப்பிலும் விரும்பமாட்டாள் ஆய மகள்’.

494) என வரும் ஐங்குறுநூற்றுப் பாடல்களிலும் 'மலரின் தாதுநின் றூதப் போய்வருந் தும்பிகாள்...' (திருவிசை. 103) என வரும் திருவிசைப்பா பாடலிலும் 'கண்போல் மலர்ந்த காமர் சுனைமலர் அஞ்சிறை வண்டின் அரிக்கணம் ஒலிக்கும்...' (திருமுரு. 71-75) என வரும் திருமுருகாற்றுப் பாடலிலும் வண்டுகளையும் அவை சூழும் மலர்களையும் மகரந்தங்கள் ஊதத் தேனீக்கள் அவற்றை நாடுதலையும் உள்ளுறை உவமத்தோடும் நயத்தோடும் பயன்படுத்தியிருப்பதிலிருந்து தனிச்சிறப்பாக இத்தகைய 'இலக்கியச் சூழல்கள்' தமிழின் இனிமைக்குக் காலங்காலமாக மெருகூட்டி இயற்கையையும் மனிதவாழ்வையும் இணைத்த சிறந்த பயணத்தை மேற்கொண்டிருக்கின்றன எனவே எண்ணவேண்டியிருக்கிறது.

சங்க இலக்கியங்களின் பாடல் அடிகள், சொற்கள் ஒவ்வொன்றும் ஒரு வரலாற்றுச் செய்தியைத் தன்னகத்தே ஏதாவதொரு வகையில் கொண்டுள்ளன. பல காலத்துக்கும் அப்பாற்பட்ட நம் தமிழ்ச் சமூகத்தின் வரலாற்றை இலக்கியங்களின் வழியும் மொழியின் வழியும் காணவேண்டியதன் அவசியத்தை வலியுறுத்த வேண்டியிருக்கிறது.வரலாற்றில் ஒவ்வொரு காலகட்டத்திலும் தமிழர்களின் வாழ்வுமுறையை உறுதியாகக் கூற இலக்கியப் பயணங்களை உற்றுநோக்கவேண்டும்.

புள்ளினம் இமிழும் புகழ்சால் விளைவயல் (புறம் 15)

ஏர் பரந்த வயல், நீர் பரந்த செறுவின்... (புறம் 338)

புள்ளிமிழ் அகல்வயல் ஒலிசெந்நெ லிடைப் பூத்த
முள்ளரைத் தாமரை... (கலி.79:1)

முடந்தை நெல்லின் விளைவயல் பரந்ததடந்தாள் நாரை (பதி. 29)

போன்ற அடிகளினின்று சங்ககாலத்தின் புள்ளினம் (தேனீக்கள்) தாமரையோடும் நாரையோடும் சூழ்ந்த வயற்காட்சிகளை மட்டுமன்றி அங்கு கேட்ட புள்ளினத்தின் ஒலியையும் நெற்கதிர்கள் காற்றில் எழுப்பிய ஒலியையும் உணரமுடிகிறது. அக்காலத்தில் நெல் வயல்கள் இயற்கைப் பூங்காக்களெனத் தமிழர்களின் மனம் கவர்ந்தனவாக இருந்தன என்பதையும் இவ்வடிகளிலிருந்து அறியமுடிலாம்.

மின்இழை விறலியர் நின்மறம் பாட... (பதி. 54)

ஆடுக விறலியர் பாடுக பரிசிலர் (பதி. 58)

பாடு விறலியர் பல்பிடி பெறுக (பதி. 43),

சுகிர்புரி நரம்பின் சீறியாழ் பண்ணி,
விரையலி கூந்தல் நும் விறலியர் பின் வர,
ஆடினிர் பாடினிர் செலினே (புறம். 109)

ஒள்ளிழைப்பாடுவல் விறலியர் கோதையும் புனைக (புறம். 172)

இயலி ஆடுமயில் நனவுப்புகு விறலியின் தோன்றும் நாடன்! (அகம். 82)

போன்ற பல அடிகளிலிருந்து சங்காலத்தில் விறலியர் எனும் ஆடு மகளிர் இருந்தனர் எனவும் அவர்கள் ஆடும் தொழிலோடு பாடும் தொழிலையும் செய்துவந்தனர் எனவும் அறிகிறோம். விறலியர் ஆடுவதையும் பாடுவதையும் விழாவாகக் கொண்டாடி வந்துள்ளனர். இவ்வடிகள் நம் வாழ்வை எவ்வண்ணம் நம் மூதாதையர்களோடு இணைக்கின்றன என்பதைக் காண்பதே நமது அறிவுபூர்வ முயற்சியாக இருக்கவேண்டும். மாற்றங்கள் பல நிகழ்ந்தன! எந்த மாற்றம் எப்பொழுது நிகழ்ந்தது என்னும் உண்மைகள் வரலாற்றுப் பக்கத்தில் இல்லை. இருப்பினும் இலக்கியங்களையும் மொழியையும் கூர்ந்துநோக்கும்போது எந்த மாற்றம் எப்பொழுது நிகழ்ந்தது என அறிய வாய்ப்பிருக்கிறது.

இலக்கியங்களில் அமையப்பெற்ற அங்கதம், உவமைகள், உருவகங்கள், உறழ்ச்சி, உயர்வு நவிற்சி, மிகைப்படுத்தல் போன்ற பல அணிநலன்களைத் திறனாய்வு செய்யும்போது தமிழ்ப் பக்தி இலக்கியங்கள், சங்க இலக்கியங்கள் அனைத்தையும் ஒருவாறு வரலாற்றுநோக்கிலும் பண்டைத் தமிழர்களின் வாழ்வுமுறையை அறியும் கருத்திலும் நோக்குவதே சரியெனக் கொள்ளவேண்டுமே தவிர இவ்விரு இலக்கியங்களில் அவை கூறும் கருத்தின் அடிப்படையில் ஒன்று மற்றதைவிட உயர்ந்தது அல்லது தாழ்ந்தது எனக் கூறுவது இலக்கியத் திறனாய்வின் அடிப்படையில் ஒவ்வாத கருத்து. ஏனெனில் இவ்விருவகை இலக்கியங்களுமே அவை கூறும் பொருட்களுக்கேற்பத் தமிழர்ப் பண்பாட்டை வளர்த்து வந்துள்ளன. பிற மொழிக் கலப்பினால் மொழியின் தன்மை மாறியது. ஆனால் தமிழ் மொழியில் கையாளப்பட்ட இலக்கியங்களின் நயம், வெவ்வேறு இலக்கிய உத்திகள், இலக்கியச் சூழல்கள் இவை கொண்டு அமையப்பெற்ற இலக்கியப் பண்பாடு ஆகியன சங்ககாலத்திலிருந்து இக்காலம் வரை தொடர்கின்றது.

இயற்கையைப் பற்றியும் காதலைப் பற்றியும் சங்ககால இலக்கியங்களில் அதிக அளவிலும் பக்தி இலக்கியங்களில் குறைவாகவும் கொடுத்திருக்கலாம். இருப்பினும் இலக்கியப்பண்பு எனும் நோக்கில் ஆய்வு செய்யும்பொழுது சங்க இலக்கியங்களின் தொடர்ச்சியாகவே பக்தி இலக்கியங்கள் உள்ளன. அவை இருவேறு தொடர்பற்ற வழிகளை எடுத்துள்ளதாகக் கொள்ளல் இயலாது. இவ்விரு காலகட்ட இலக்கியங்கள் அவை கூறும் உட்பொருளில் பெரும் மாற்றத்தைக் கொண்டுள்ளன. சங்ககால இலக்கியங்கள் அரசு, வீரம், காதல், இயற்கை எனும் கருத்துகளை மையமாகக்

கொண்டுள்ளன. சமய இலக்கியங்களோ இறைவன், இறைபக்தி எனும் உட்கருத்துகளுக்கு முக்கிய இடம் கொடுக்கின்றன. மொழி வழியும் வெவ்வேறு உத்திகள் வழியும் சமயக்கோட்பாடுகளை வழிவகுத்துள்ளன சமய இலக்கியங்கள். உத்திகளை இரு இலக்கியங்களும் ஒரே மாதிரியாகவே பயன்படுத்தியுள்ளன. சமய இலக்கியங்களை இசையோடு இணைத்து வழங்கும் முயற்சிகள் பல தொடர்ந்து நடந்துவந்திருக்கின்றன. இம்முயற்சியைச் சமய இலக்கியங்களின் அதிகமான ஈர்ப்புக்கு ஒரு காரணமாகவும் கொள்ளலாம். அகநானூற்றில் புலவன் ஒரு பெண்ணின் மனநிலையை வெளிப்படுத்தி நயம் கலந்து ஒரு பாடலை எழுதியுள்ளான் என்றால் அப்புலவன் தன் பாடலின்வழி அகத்திணையின் எந்த ஒரு விதியையும் உறுதிப் படுத்தும் நோக்கில் அப்பாடலை எழுதியிருக்கமுடியாது. "பரந்த இந்த இடத்தில் எட்டு உயிரினங்களும் மகிழ்வோடு இருக்கின்றன! ஆனால் நீயோ, சிறுநுதல் பசந்து பெருந்தோல் சாயத் தலைவியை விட்டுச் சென்றாய்," (அகம். 307) என்று வரும் பாடல் அகப் பண்பை வலியுறுத்துவதாக இருந்திருக்க முடியாது. மாறாகச் சங்கப் புலவர்கள் காதல், அன்பு, தலைவன், தலைவி போன்ற உணர்வுகளை மையமாகக்கொண்டு தங்களின் திறமையையே வெளியிட்டிருக்கவேண்டும். இவ்வுத்தியைப் புறப்பாடல்களிலும் பக்திப் பாடல்களிலும் வேறுபட்டுக் காண்கிறோம். புறப்பாடல்கள் வீரம், அரசனின் திறமையைப் போற்றுவனவாகவும் பக்திப்பாடல்கள் இறைசக்தியைப் போற்றுவனவாகவும் அமைந்தன. இவற்றின் 'கருத்துச் சூழல்' எது என்பதை நோக்கவேண்டியது அவசியம். அவ்வகைக் கருத்துச் சூழல்கள் எங்ஙனம் படிப்போரைக் கவர்ந்து செல்கிறது என்பதை போகால்ட், டெரிடா போன்ற பிரஞ்சுத் தத்துவவாதிகளின் கருத்தின் அடிப்படையில் நோக்கவேண்டும்.

சங்கத்திலிருந்து பக்திமருவிய காலம்

சங்க காலத்திலிருந்து பக்திக்காலம் எங்ஙனம் இலக்கியத்தின் அடிப்படையிலும் மொழியின் அடிப்படையிலும் மாறுபடுகின்றன என்பதைக் கூர்ந்துநோக்குவது தமிழின் மூன்று காலகட்டங்களைப் பிரிப்பதன் தேவையை அறிய உதவும். அகம் – புறம் எனும் கோட்பாடுகளும் ஐந்து திணைகளான குறிஞ்சி, முல்லை, மருதம், பாலை, நெய்தல் ஆகியனவற்றின் அடிப்படையில் அடங்கிய கோட்பாடுகளும் மாற்றுவழி கண்டன.[4]

4 "… these changes in the language were fundamental, and they were noticeable not only in word forms but in vocabulary as well. Sanskrit words were freely borrowed, and ideas from Sanskrit works freely adopted. In fact a new epoch had dawned. We have passed beyond the limits of Old Tamil, and stepped into the region of Middle

வையாபுரிப் பிள்ளையின் கருத்திற்கிணங்க சங்ககாலத் தமிழ் இடைக்காலத்திற்கு மாறியபோது பல மாற்றங்கள் ஏற்பட்டன என்பது உண்மையே. சமய இலக்கியங்களில் மொழியைக் கையாண்ட விதம் மொழி மாற்றங்கள் பலவற்றுக்கு வித்திட்டுள்ளது. குறிப்பாக 'லாம்', 'கொண்டிரு', 'விடு', 'கொள்' போன்ற பல புதிய உருபுகளைக் கொண்ட வினையமைப்புகளும் புதுப்புதுப்பொருளும் வந்தது இடைக்காலத்தில் தமிழைப் பல கோணங்களில் அளவுக்கு அதிகமாகப் பயன்படுத்தியதே காரணம். இக்கருத்தையே இந்நூலின் மூன்றாவது இயல் பல எடுத்துக்காட்டுகளுடன் விரிவாக விளக்குகிறது. ஆறாம் நூற்றாண்டில் ஆண்ட பாண்டிய, பல்லவ அரசர்கள் தங்கள் அரசில் பக்தி இயக்கத்துக்கு அதிக முக்கியத்துவம் கொடுத்ததும் இடைக்காலத்தில் பல மாற்றங்களுக்கு வித்திட்டுள்ளது எனக் கருத்துரைக்கிறார் சிவத்தம்பி கார்த்திகேசு.[5] அத்தோடன்றி பல்லவர்களும் சோழர்களும் மெய்க்கீர்த்தி எனும் புதுப் பண்பாட்டையும் வடமொழியின் பயன்பாட்டையும் தங்கள் அரசில் அதிகமாகப் பயன்படுத்தியதும் கருத்துவழியிலான புதிய மாற்றங்களுக்கு வழிகோலியது. வடமொழிக்கும் தமிழுக்கும் முதல் நூற்றாண்டிலிருந்து இருந்துவந்த தொடர்பை விளக்கும் அண்ணாமலை, இவ்விரு மொழிகளுக்குமிடையே உள்ள தொடர்பு ஒன்றுக்கொன்று கொடுக்கல் வாங்கல் முறையில்தான் இருந்தனவே தவிர வடமொழி முழுமையாக ஆக்கிரமிப்பு வழியைக் கடைப்பிடித்தது என்று கூறமுடியாது என்கிறார்.[6]

திருமுறை, திவ்யப்பிரபந்தம் என சைவ சமயப்பண்டிதர்கள், வைஷ்ணவ ஆழ்வார்களின் எழுத்துகளால் தமிழ் இலக்கியம் புதிய வழியைக் கண்டிருக்கிறது. அண்ணாமலை கூறுவது போல

Tamil. The Kilkkanakku works were among the first to appear in this developed speech. But the linguistic changes which inaugurated the new epoch are yet to be studied in details." (Vaiyapuri Pillai 1944 p.viii).

5   The role of the Bhakti movement in the formation and consolidation of the kingdoms of the 7th century A.D. and thereafter is very important. This is true of both the Pallava and the Pandya Kingdoms. The Pallavas of the Simhavisnu (560-580) line and the Pandyas of the Kadun Kon (590-620) line try to establish their authority within the territories of their rule and control the socio-economic organization and the life of the people in a manner unprecedented in the history of the Tamil country. (Sivathampy 1986 p.36-37).

6   "Historically, the relationship of Tamil with Sanskrit was different from that of other regional languages. It was not a relationship of uncontested dominance by Sanskrit but was one of negotiation with it. It has had a rich literary, grammatical and religious-philosophical tradition. It was also the language of political governance throughout this period, whether on its own or in partnership with another language such as Prakrit, Marathi, Telugu until the colonial period, when English replaced Tamil in government." (Annamalai 2014 p.7).

இவ்விலக்கியங்கள் பல கருத்துகளை இணைத்துப் புதுவகை இலக்கியங்களை உருவாக்கும் முயற்சியில் ஈடுபட்டிருக்கின்றன. மாறாக இவ்விலக்கியங்கள் எவ்வகையிலும் வேறொரு பண்பாட்டைத் தமிழ்ப் பண்பாட்டினின்று அடியோடு மாற்ற முயற்சி செய்ய வில்லை எனக் கருதலாம். கபிலர், ஔவையார், பூங்குன்றனார் போன்ற கவிஞர்களுக்கும் திருநாவுக்கரசர், சுந்தரமூர்த்தி நாயனார், திருமூலர், பெரியாழ்வார், ஆண்டாள் போன்ற கவிஞர்களுக்குமிடையே இறைவழி, அகம், புறம் என்ற கருத்துவழியன்றி அவர்களின் கவிப்பண்பு, இலக்கியத்திறன் எனும் அடிப்படையில் என்ன வேறுபாடுகள் இருக்கின்றன என்பதை வழி உறுதிப்படுத்தவேண்டும். அதாவது சங்க இலக்கியங்களையும் பக்தி இலக்கியங்களையும் அவற்றின் மொழிப்பயன்பாடு அன்றி அவை கையாளும் உத்திகளின் அடிப்படையில் நோக்கினால், அவ்விரு வகை இலக்கியங்களும் வெவ்வேறு உத்திகளைக் கையாண்டுள்ளனவா அல்லது வேறுபட்ட கருத்துகளைக் கொண்டு ஒரே வகை உத்தியைத்தான் பின்பற்றுகின்றனவா என்பது தெரியவரும். புறப் பாடல்களிலும் அற நூல்களிலும் கொடுக்கப்பட்டுள்ள எண்ணிலடங்கா வாழ்வுமுறைக் கருத்துகளும் மனிதவியல் எண்ணங்களும் தமிழர்களின் பண்பாட்டையும் தமிழ்மொழிப் பண்பையும் உருவாக்கியிருக்கின்றன என்றால் அது மிகையாகாது.

> காளைக்குக் கடனே!
> ஈன்று புறந்தருதல் என்தலைக் கடனே
> சான்றோன் ஆக்குதல் தந்தைக்குக் கடனே
> வேல்வடித்துக் கொடுத்தல் கொல்லற்குக் கடனே
> நன்னடை நல்கல் வேந்தற்குக் கடனே
> ஒளிறுவாள் அருஞ்சமம் முருக்கிக்
> களிறுஎறிந்து பெயர்தல் காளைக்குக் கடனே. (புறம். 312)

மனிதர்களின் கடமைகளை அறுதியிடும் இப்புறநானூற்றுப் பாடலின் சில கடமைகளான வேல்வடித்துக் கொடுத்தலும் ஒளிறுவாள் அருஞ்சமம் முருக்கிக் களிறு எறிந்து பெயர்தலாகிய கடமையும் இக்கால வாழ்வுமுறைகளுடன் இணைவதைச் சில மாற்றங்களுடன் நோக்கவேண்டும். ஆனால் ஈன்று புறந்தருதலும் சான்றோன் ஆக்குதலும் நன்னடை நல்கலும் எக்காலத்துக்கும் பொருந்தும் கருத்துகளாகவே இருந்தன. இவ்வகை இலக்கியங்கள் மொழிவழியன்றி அவை கூறும் கருத்துவழியும் தமிழில் பல மாற்றங்களைக் கண்டன. ஆனால் இந்நூலில் விரிவாக விளக்க முற்படும் இலக்கிய உத்திகள் என நோக்கும்போது என்ன வகை உத்திகளை இவ்விலக்கியங்கள் சரளமாகப் பயன்படுத்தியுள்ளன, எவை பயன்படுத்தப்படவில்லை என்பன போன்ற ஆய்வுகள்

சங்கத்தினின்று இடைக்காலத்துக்கு ஏற்பட்ட மாற்றங்கள் பற்றி அறிய உதவும். அது மட்டுமன்றி, வடமொழியிலும் தமிழிலும் உள்ள கருத்துகளை ஒப்பிட்டுநோக்கும்போது இடைக்காலத்தில் வட மொழியோடு தமிழ்மொழிக்கு இருந்த உண்மையான உறவை உறுதிசெய்யமுடியும்.

எடுத்துக்காட்டாக,

அறம்அறி யார்அண்ணல் பாதம் நினையுந்
திறம்அறி யார்சிவ லோக நகர்க்குப்
புறம்அறி யார்பலர் பொய்மொழி கேட்டு
மறம்அறி வார்பகை மன்னிநின் றாரே. (திருமந். 262)

“அறத்தினை அறியாதவர்கள் அண்ணலின் பாதத்தின் திறனை அறியமாட்டார்கள். சிவலோக நகரத்தின் வாயிலை அறியாதவர்கள் பல பொய்மொழிகளைக் கேட்டு அறத்துக்கு எதிரான மறப் பொருள்களை அறிந்து பகைக்கொண்டு இருந்தார்களே,” எனப் பொருள்கொண்ட இப்பாடலில் திருமூலர் அறம், திறம், புறம், மறம், அறி, அண்ணல், நினை, மொழி, மன்னிநில் போன்ற தமிழ்ச்சொற்களோடு பாதம், சிவலோகம் என்ற இரு வடமொழிச் சொற்களையும் கையாளுகிறார். மற்றப் பாடல்களில் ‘பாதம்’ என்னும் சொல்லுக்கு ‘அடி’ எனவும் ‘சிவன்’ என்ற சொல்லுக்குப் ‘புனிதன்’ எனவும் திருமூலர் பயன்படுத்துகிறார். சங்கக் காலச் சொற்கள் பக்திச் சொற்களோடு இணைந்தது ஒரு புறம். சங்ககால கருத்துகளும் எண்ணங்களும் பக்திக்காலக் கருத்துகளோடு இணைந்தது மற்றொரு புறம். இவ்விணைப்பே தற்காலத் தமிழர்களின் பண்பாடாக மாறியுள்ளது. இவ்விணைப்பையே இருமொழிகளுக்கிடையே, இரு பண்பாட்டினிடையே நிகழ்ந்த ‘கொடுக்கல் வாங்கல்’ எனக் கூறுகிறார் அண்ணாமலை.

போற்றிசைத் தும்புகழ்ந் தும்புனி தன்அடி
தேற்றுமின் என்றும் சிவனடிக் கேசெல்வம்
ஆற்றிய தென்று மயலுற்ற சிந்தையை
மாற்றிநின் றார்வழி மன்னிநின் றானே. (திருமந். 24)

போற்றியும் புகழ்ந்தும் புனிதனின் அடியின் பெருமையைக் கூறுங்கள் என்றும் சிவனின் அடிக்கே செல்வம் ஆற்றுவது என்ற மயக்கமுற்ற எண்ணத்தை மாற்றிக்கொண்டவர்களின் வழியையே இறைவன் விரும்பி நின்றான் என்றும் இப்பாடல் கூறுவதைக் காண்கிறோம். சங்கம், பக்தி இலக்கியங்களில் கையாளப்பட்டுள்ள மொழிப் பண்பிலும் கையாளும் சொற்களிலும் தொடர்களிலும் இருமொழிக் கலப்பைக் காணமுடிகிறது. பக்தி இலக்கியங்களில் அதிகமாகப் பேச்சுத் தமிழும் சமஸ்கிருதமும் பரவலாகப் பயன்படுத்தப்பட்டுள்ளதை வையாபுரிப்பிள்ளை

பக்தி இலக்கியங்களில் 'உன்' எனும் சொல் பயன்பாட்டை விளக்கும்போது கூறுகிறார், "ஒருவனே எம்பிரானே உன்திருப் பாதங் காண்பான்," *(அப்பர் IV, 26, 10)*, "உன்னோ டுடனே யொருகடலில் வாழ்வாரை," *(நாச்சியார் திருமொழி 7:5)* போன்ற எடுத்துக்காட்டுகளைக் காட்டிப் பக்தித் தமிழிலிருந்து பாமரர் தமிழை இலக்கியங்களில் அதிகமாகக் கலக்கும் மனப்பான்மை வந்துள்ளதாகக் கருத்து தெரிவிக்கிறார், தனது திரிகடுகம் சிறுபஞ்சமூலம் தொகுப்பு நூலில்.[7] தமிழ் இலக்கியங்கள் எவை எனப் பட்டியல் இடும்போது இலக்கணம், அக இலக்கியங்கள், புற இலக்கியங்கள், சமயம், சமூகம், அறம், கணிதவியல், வானவியல், நாட்டியவியல், இவற்றின் உரைகள் எனப் பலவற்றையும் உட்படுத்தவேண்டிய சூழல் ஏற்படுகிறது. இவ்வகை இலக்கியங்களோடு வளர்ந்ததே தமிழர்களின் வாழ்வு முறையும் தனித் திறமையும்!

தமிழின் தனித்துவக் கருத்துகளுக்குக் காரணமாக இருக்கும் இவ்விலக்கியங்கள் அனைத்தையும் மொழியியல், மொழி வரலாறு, மொழி மாற்றங்கள், திறனாய்வு போன்ற கண்ணோட்டங்களில் ஆய்வுசெய்யவேண்டியது அவசியமாகிறது. குறிப்பாக இலக்கியத்தில் எந்தத் தன்மை தமிழர்களிடையே ஈர்ப்பைக் கொண்டுள்ளது, எந்தப் பண்பு தமிழர்ப் பழக்கவழக்கங்களைத் தனித்துக் காட்டும் திறமை கொண்டுள்ளது என நுட்பமாக ஆய்வதோடு அன்று தொட்டு இக்காலம் வரையிலான அடிப்படைக் காரணங்கள் எவை என்றும் ஏன் அவற்றை மூன்று பிரிவாகப் பிரிக்கவேண்டிய சூழல் ஏற்பட்டது என்றும் மொழியியல் ரீதியாக மட்டுமல்லாது இலக்கியக் கோட்பாடுகளின் அடிப்படையிலும் ஆய்ந்தறியவேண்டியது இன்றியமையாதது. எவ்விதக் கோட்பாடுகளையும் பயன்படுத்தவில்லை எனில் எதையும் இலக்கியம் என்று கூறவேண்டிய சூழல் ஏற்பட வாய்ப்பிருக்கும். இலக்கியம் – இலக்கியமற்றவை என்பதை அறிவதற்கான கோட்பாடுகள்தான் என்னென்ன எனவும் அறிய வேண்டும்.

---

7 "... உலக வழக்கை முந்து நூலோர்கள் நன்கு ஆராயவில்லை யென்பது ஒருபுறமிருக்க, ஆராயவேண்டும் என அவசியமில்லை என்ற கருத்தும் கொண்டிருந்தார்கள். 'உலகமென்பது உயர்ந்தோர் மாட்டே' என்ற ஒரு நியதியை மேற்கொண்டுவிட்டார்கள். தம் கருத்தின்படி உயர்ந்த நூலாசிரியர்களது வழக்குதான் இவர்களால் கொள்ளப்பட்டது. பக்திநூல்களோ இதற்கு முற்றும் மாறான கொள்கையுடையன. தமிழ்ச்சமுதாயத்தில் பல்வேறு திறத்தினரும் எளிதில் உணர்ந்து ஈடுபடும்படி இந்நூல்கள் அமைந்தன; இன்னிசையோடு பாடுதற்கு அமைந்தன. எனவே சாதாரண மக்களது சொல்வழக்காற்றைப் பெரிதும் பின்பற்றின." (வையாபுரிப்பிள்ளை 1944 பிறசேர்வு ப.13)

இக்கருத்துகளின் அடிப்படையில் இந்நூல் மொழியியல், அதன் இலக்கியக் கோட்பாடுகள், அக்கோட்பாடுகளுக்குட்பட்ட இலக்கியங்கள், மொழி மாற்றங்களைக் கோடிட்டுக்காட்ட முனைகிறது. இயற்கையைக் கூர்ந்து நோக்குவது இலக்கியவாதிகள் மட்டும் அல்ல. பல மொழிகளிலும் பல இலக்கியவாதிகள் இப்பண்பைப் பயன்படுத்தியிருப்பதைக் காணலாம். இயற்கை என்பது உலகப்பொதுவானது. காற்று, சூரியன், நிலவு, கடல் போன்ற இயற்கையின் போற்றத்தக்க, தனித்தன்மையான குணங்களை உலகப் படைப்பாளிகள், பல்வேறு கோணங்களில் மனிதவியலோடு இணைத்துப் பயன்படுத்தியுள்ளனர். ஆனால், ஈசல், கலை என்னும் கருங்குரங்கு, மணற்கேணி, பனங்கள், பால்புளித்தல், செம்புலப் பெயல் நீர் (செம்மண்ணில் விழுந்த மழை நீர்), ஆம்பல்மலர் வாடுதல் போன்ற இயற்கையின் பண்புகளை இலக்கியங்களில் இணைத்துள்ளமை தமிழுக்கே உரிய தனிப் பண்பாகும். இத்தகைய இயற்கைக்கூறுகளைக் கண்டுகொள்ளும் போது தமிழர்களின் வாழ்வு முறையைத் தெளிவாக அறியமுடிகிறது. இந்நூலின் முதல் இயலில் விளக்கமாகக் கொடுக்கப்பட்டுள்ள உத்திகள் பலவற்றையும் எங்ஙனம் தமிழ் இலக்கியங்கள் தன்னகத்தே சிறப்பாகக் கொண்டுள்ளன எனவும் அறியலாம்.

இக்காலத்தமிழுக்கும் சங்ககாலம், பக்தி காலத் தமிழுக்கும் இடையே உள்ள இடைவெளி பல வழிகளில் அதிகம். சொற்களின் பயன்பாடாக இருக்கட்டும் அல்லது வாக்கிய அமைப்பின் பயன்பாடாக இருக்கட்டும், இக்காலத்தமிழ் சங்க இலக்கியங்களினின்று பலவகையிலும் மாறுபட்டிருக்கிறது. இந்நிலையில் இக்காலத் தமிழ்வழிச் சங்ககால, பக்தி இலக்கியங்களை எளிதில் அறிய வழிமுறைகள்தான் என்ன? அதற்கான உத்திகள் என்று மொழியியலாளர்களோ இலக்கியவியலாளர்களோ மானுடவியலாளர்களோ இசையியலாளர்களோ வரலாற்றியலாளர்களோ கல்வெட்டியலாளர்களோ எவற்றையும் உறுதியாக வரையறுத்திருக்கிறார்களா என்பது வினாவிற்குரிய ஒன்றே. இச்சூழலில் இலக்கியங்களின் சிறப்புப் பண்புகளை அறுதியிட்டுக் கொடுப்பதோடு அவற்றிலிருந்து இக்கால மொழி மாறிய விதத்தையும் கோடிட்டுக்காட்ட முயல்வது இன்றியமையாததாகிறது. இம்மாற்றங்களைக் கூர்ந்து கவனித்துத் தமிழின் வளர்ச்சியையும் தமிழர்களின் வரலாற்றையும் உறுதியாக விளக்கும் வழிமுறைகள்தாம் என்ன? இக்குறிக்கோள்களை மனத்தில் கொண்டு தமிழ் மொழியையும் அதன் இலக்கியம், கல்வெட்டுகளையும் கூர்ந்துநோக்கவேண்டும்.

இலக்கியப் பண்பாடு

குறிப்பாக இக்காலத் தமிழில் நாம் பயன்படுத்தும் சில சொற்றொடர்கள், வழக்குகள், கருத்துகள் போன்றவை சங்க இலக்கிய, சமய இலக்கியம் ஆகியன புராணங்களின் அடிப்படையில் இருக்கின்றனவா என்பதை அலசிப்பார்க்க வேண்டியுள்ளது. எடுத்துக்காட்டாக ஈசல் வாழ்க்கை, புறமுதுகுக் காட்டாத் தமிழ்த் திறன், சான்றோன் ஆக்குதல் தந்தைக்குக் கடன், பிரமாண்டம் (பிரமனின் அண்டம்), அரிச்சந்திரன் வீட்டுக்குப் பக்கத்து வீட்டுக்காரன், தர்மம் ஞாயம், அரசன் அன்று கொல்வான்! தர்மம் நின்று கொல்லும் என்பன போன்ற எண்ணிலடங்கா கருத்துகள் இன்றும் தமிழர் வாழ்வோடு பின்னிப் பிணைந்துள்ளன. இவை தமிழர்களுக்கு எங்கிருந்து வந்தன, எப்படி வந்தன என்பது போன்ற கேள்விகளுக்கு விடை அளிக்கும்போது நாம் நமது சங்கத் தமிழ் இலக்கியங்களை மட்டுமல்லாது புராண இலக்கியங்களையும் கூர்ந்துநோக்க வேண்டிய கட்டாயத்துக்கு உள்ளாகிறோம். இதில் ஈசல் வாழ்க்கை, மகனைச் சான்றோன் ஆக்குதல் தந்தைக்குக் கடன், புறமுதுகுக் காட்டாத் திறன் போன்ற கருத்துகள் சங்கத் தமிழ் இலக்கியத்தினூடே வந்துள்ளமையை அறிகிறோம். ஆனால் பிரமாண்டம், தர்மம் ஞாயம் போன்ற கருத்துகள் வடமொழியினூடே வந்துள்ளன. இக்கருத்தின் அடிப்படையில் உத்திகள் ஒவ்வொன்றையும் திறனாய்வு செய்யும்போதும் இக்காலப் பழக்கவழக்கங்களோடு அவற்றை ஒப்பிட்டு நோக்க முயலும்போதும் இலக்கியப் பண்பாடு என்ற ஒரு நிலை தமிழர்களிடையே ஏற்பட்டிருக்கிறது என்றும் இப்பண்பாடே தமிழர்ப்பண்பாடு என மாறியிருக்கிறது என்றும் கருத வேண்டியிருக்கிறது. குறிப்பாக இது வடமொழி, பண்டைத் தமிழ் இலக்கியங்களின் வேராகவே இருந்து வந்துள்ளமை நோக்கத்தக்கது. அன்றாட வாழ்வில் ஒவ்வொருவருக்கும் ஏதாவதொருவகையில் இலக்கியத்தாக்கம் என்று ஒன்று இருந்து வருவதே இந்நிலைக்குக் காரணம்.

வழக்கிழந்த சொற்களும் புதுச்சொல் உருவாக்கமும்

சங்ககால, பக்தி இலக்கியங்களுக்குப் பல உரைகள் உள்ளன! ஆங்கில மொழிபெயர்ப்புகளும் உள்ளன. இருப்பினும் இக்கால மொழி அறிந்தோர் பண்டைத் தமிழ் இலக்கியங்களை அறிய ஏன் மொழிபெயர்ப்பையும் உரைகளையும் நாடவேண்டும். வழக்கிழந்த சொற்கள், வழக்கில் அருகிவரும் சொற்கள் என்பதற்கான பட்டியலும் அவற்றை இக்காலத் தமிழோடு இணைக்கின்ற சரியான உத்தியும் தேவை! எடுத்துக்காட்டாக மன்னிநின்றான், மயலுற்ற சிந்தை போன்ற தொடர்களின்

பொருளை இக்காலத் தமிழ்வழி அறியும் உத்தி ஒன்று தேவை. இவற்றை மனம் ஒன்றி நின்றான் எனவும் மயக்கமுற்ற சிந்தை எனவும் இணைத்துப்பார்க்கும் உத்தி தேவை. குறிப்பாகச் சொற்களும் வழக்குகளும் அருகிவருவது ஏன் எனும் வினாவை எழுப்பும்போது தமிழ்மொழி வளர்ந்த விதம், தமிழ்மொழியில் ஏற்பட்ட மாற்றங்கள், அவற்றுக்கான காரணங்கள் எவையெவை என்பதான விளக்கங்களை அறியலாம். இவ்விளக்கங்களை எங்ஙனம் கொடுக்க இயலும், எந்தத் துறையின் கோட்பாடுகளை இதற்காக நாடவேண்டும் என்பன போன்ற வினாக்கள் இப்போது எழுகின்றன!

தமிழின் வெவ்வேறு காலகட்டங்களின் வளர்ச்சிகள் தமக்கிடையே இடைவெளிகள் பல கொண்டனவாகவும் முறையான தொடர்ச்சி இல்லாமலும் இருந்ததாகவே கொள்ளவேண்டும். ஒரு தொடர்ச்சி இருந்திருந்தால் பழந்தமிழ், இடைக்காலத் தமிழ், இக்காலத் தமிழ் எனத் தமிழை மூன்றுவகையாகப் பிரிக்கும் கட்டாயத்துக்கு நாம் உட்பட்டிருக்கவேண்டாம். எந்த ஒரு மொழி மாற்றத்தையும் தன்னிச்சையாக ஏற்படுவது, புகுத்தப்படுவது எனும் இரு கோணங்களில் நாம் காணவேண்டும். எடுத்துக்காட்டாக, 'கொள்', 'கொண்டிரு', 'லாம்' போன்ற விகுதிகள் இடைக்கால இலக்கியங்களில் பயன்படுத்தப்பட்டதன் காரணமாகத் தன்னிச்சையாக உருவான விகுதிகளாகக் கொள்ள வேண்டியிருக்கிறது.[8] மற்றபடி, 'சந்தோஷம்', 'கோபம்', 'உதாரணம்' போன்ற பல வடமொழிச் சொற்கள் முறையே 'மகிழ்ச்சி', 'சினம்', 'எடுத்துக்காட்டு' போன்ற பல சொற்களுக்கு இணையாகப் பயன்படுத்தப்பட்டதனால் ஏற்பட்டவற்றைப் புகுத்தப்பட்ட மாற்றங்கள் எனலாம். இதுபோன்ற வடமொழிச் சொற்களை அளவுக்கு அதிகமாக இறைப்பக்தி குறித்தான இலக்கியங்களில் பயன்படுத்தியதே 'மணிப்பிரவாளம்' எனும் தனி மொழிநடை வரும் அளவுக்குச் சென்றது. அத்தகைய சொற்கள் தமிழ் மொழியோடு இன்று வரை இரண்டறக் கலந்திருக்கின்றன.

தமிழின் கால வேறுபாடுகளைக் காட்டும் சொற்களின் அகராதிகள் மட்டும் போதாது, அத்தகைய சொற்களை இக்கால வழக்கோடு இணைப்பதற்கு! உறுதியான விளக்கம் வரலாற்று மொழியியல் நோக்கிலும் இலக்கியக் கோட்பாடுகளின் நோக்கிலும் தேவைப்படுகிறது. மேற்கூறியபடி மொழி மாற்றம் என்பது ஒரு சில உறுதியான காரணங்களால் காலப்போக்கில் நடைபெறும் நிகழ்வாகுமே தவிர எதிர்பாராதவிதமாக எக்காரணமும் இல்லாமல் நடைபெறும் நிகழ்வு எனக்கூறமுடியாது. இலக்கியப்

---

8. இதன் விரிவான விளக்கத்துக்கு இந்நூலின் மூன்றாவது இயலைக் காண்க.

பாடல்களில் சந்தத்துக்காகவும் பாவிலக்கணத்துக்காகவும் சொற்களைப் பல கோணங்களில் பிரித்தறியும்போது மொழி மாற்றங்கள் ஏற்பட வாய்ப்பிருக்கின்றன. எடுத்துக்காட்டாக 'லாம்' எனும் விகுதி 'செய்யலாகும்', 'வரலாகும்' என்பன போன்ற வினையமைப்பிலிருந்து 'செய்யல் ஆகும்', 'வரல் ஆகும்' எனவும் 'செய்யல் ஆம்', 'வரல் ஆம்' எனவும் மருவிப் பின்னர் 'செய்ய லாம்', 'வர லாம்' ஏற்பட்டுள்ளதைக் காணமுடிகிறது. 'ஆகும்' எனும் வினையமைப்பு 'ஆம்' என ஏன் மாறியது எனும் மொழியியல் விளக்கத்தைக் காண்பதும் இச்சூழலில் இன்றியமையாததாகும்.

சொற்களை உச்சரிக்கும்போது வலுவற்ற ஒலிகளான 'க', 'ழ' போன்றவை விடுபடுவது மொழியின் ஒரு பண்பாகும்.[9] 'ஆகும்' என்பது 'ஆம்' என ஆவதும் (ஆகுவதும்), நோகும் என்பது நோம் எனப் பயன்படுவதும், 'பொழுது', 'போழ்து' என்னும் சொற்கள் 'போது' எனப் பயன்படுவதும்,'ஆகாது' என்னும் சொல் 'ஆது' எனமாறுவதும் இவ்வண்ணமே! சோழநாடு என்பது சோணாடு என மாறியதும் இங்ஙனமே. இவ்வகை மாற்றங்களின் தொடர்ச்சியாக 'ஆம்' எனும் விகுதி 'ஆகும்' எனும் வினை வடிவிலிருந்தும், 'ஆது' எனும் விகுதி 'ஆகாது' எனும் வினை வடிவிலிருந்தும் தனியாக வளர வாய்ப்பு ஏற்பட்டிருக்கிறது. இப்புதிய உருபுகள் இக்காலத் தமிழின் இலக்கணத்துக்கு அடிகோலாக இருக்கின்றன. இது போன்ற புதிய மாற்றங்களே தமிழின் காலப் பிரிவுகளைப் பகுத்தறிய வழிகோலின. மொழியையே மாற்றிய இத்தகைய மாற்றங்களை ஒன்றுவிடாமல் அறியத் தந்திருக்கின்றோமா என்பது வினாவுக்குரியதே! இத்தகைய மாற்றங்களையெல்லாம் ஓரிடத்தில் பட்டியலிட இயலுமா என்பதும் அவ்வாறே!

இத்தோடு, ஒரு சொல்லுக்குப் பல பொருள் இருக்கும் தருணத்தில் மொழியின் எளிமையினால் சில சொற்கள் இயல்பாக வழக்கிழக்க வாய்ப்பிருக்கிறது. பின்வரும் ஐங்குறுநூற்றுப் பாடலை நோக்கும்போதும் சில மாற்றங்களை உணரமுடியும்.

> தோளுங் கூந்தலும் பலபா ராட்டி
> வாழ்த லொல்லுமோ மற்றே செங்கோற்

9. இவ்வகை மாற்றங்கள் இரண்டு நிலைகளில் ஒன்றன்பின் ஒன்றாக நிகழ்கின்றன. 'க', 'ச' போன்ற ஒலியன்கள் இரண்டு உயிரெழுத்துகளுக்கு இடையே வரும்போது முறையே 'ஹ' 'ஸ' எனும் ஒலியாக மாறுகின்றன. இதை ஒலிக்குறைப்பு – lenition – என்பார்கள். (காண்க: Jeffers and Lehiste 1979 pp. 121–22). இதன் அடுத்தக் கட்டமாகப் பேச்சில் எளிமை குறித்து ஒலியிழப்பு ஏற்பட்டு இவ்வொலிகள் குறிப்பிட்ட சொற்களிலிருந்து விடுபடுகின்றன. இந்த இரு மாற்றங்களும் எங்ஙனம் பல மாற்றங்களை ஏற்படுத்தியிருக்கின்றன என்பதை இந்நூல் பின்வரும் இயல்களில் எடுத்தியம்ப முயல்கிறது.

குட்டுவன் றொண்டி யன்ன
வெற்கண்டு நயந்துநீ நல்காக் காலே? (ஐங். 178)

தலைவன் தலைவியை நோக்கி, "செங்கோற் செங்குட்டுவனின் தொண்டிமாநகரை அனைவரும் புகழ்வது போல் நீ என்னை அன்போடு நயந்து அணுகாதபோது தோளின் வலிமை கூந்தலின் அழகு ஆகியவற்றைப் பாராட்டிப் புகழ்ந்திருப்பது போன்ற இயல்பான வாழ்க்கையை நாம் பெற முடியுமா," என வருகிறது இப்பாடலின் பொருள். இப்பாடலைக் கூர்ந்துநோக்கும்போது தோள், கூந்தல் போன்ற உடல் உறுப்புகளை வருணித்துப் பாடுவது என்பது கவிதை இலக்கியத்தின் பொதுப் பண்பாகவும் சங்கத்திலும் பக்தி இலக்கியத்திலும் ஒருவாறு கருதிவந்துள்ளமை பற்றி அறிய முடிகிறது. செங்குட்டுவனின் தொண்டி நகரம் புகழ் வாய்ந்த இடமாக இருந்தது என்பதும் இப்பாடலினின்று வரலாற்று உண்மையாகத் தெரிய வருகிறது. மொழியியல் நோக்கில் இப்பாடலைக் காணும்போது 'வாழ்தல் ஒல்லுமோ,' என்னும் தொடரில் 'வாழ்தல்' எனும் வினைப்பெயர் இன்று வழக்கிழந்துள்ளமையும், 'ஒல்லும்' எனும் வினையும் 'கால்' எனும் கால விகுதியும் வழக்கிழந்துள்ளமையும் தெரிய வருகின்றன. இவை ஏன் வழக்கிழந்துள்ளன என்பதை ஆய்ந்தறியும்போது 'முடியும்', 'இயலும்' எனும் சொற்கள் ஒரு காலத்தில் ஒரே நேரத்தில் 'ஒல்லும்' எனும் வினையோடு வழக்கில் வந்துள்ளன. பின்னர் பொருள் மயக்கம் ஏற்பட்டு எளிமைப்படுத்தப்படும் நோக்கத்தில் இவற்றின் பயன்பாட்டில் மாற்றங்கள் ஏற்பட்டிருக்கவேண்டும். சங்ககாலத்தில் 'ஒல்லும்' எனும் வினை பரவலாகப் பயன்படுத்தப்பட்டு வந்துள்ளது. *(காண்க: புறம் 196; நாலடியார் 36, 71; கலி. 53:13)* ஆனால் இது இடைக்காலத்தில் வழக்கிழந்தது.

ஒல்லுவது ஒல்லும் என்றலும் யாவர்க்கும்
ஒல்லாது இல்லென மறுத்தலும் இரண்டும்
ஆள்வினை மருங்கின் கேண்மைப் பாலே
ஒல்லாது ஒல்லும் என்றலும் ஒல்லுவது
இல்லென மறுத்தலும் இரண்டும் வல்லே (புறம். 196)

இவ்வாறே 'கால்' எனும் கால உருபுக்கு ஈடாக 'போது', 'பொழுது', 'நேரத்தில்' என்பனவும் வழக்கில் வந்துள்ளமையை நோக்கவேண்டியுள்ளது. இவை போன்ற மற்றச் சொற்களும் விகுதிகளும் இணைந்திருந்த காலத்தையும் இவற்றில் சில விலகியிருந்ததற்கான காரணத்தையும் அறிவது என்பதே தமிழ் இலக்கியப் பயணங்களைச் சரியாக அறுதியிடலுக்கு வழிவகுக்கும். இந்நோக்கிலேயே வடமொழிச் சொற்கள் தமிழுடன் இணைந்து பயன்பாடு அதிகரித்துள்ளது என விளக்கலாம். சங்ககால,

இடைக்கால இலக்கியங்களிலேயே தமிழ், வடமொழி ஆகிய இருமொழிகளின் கலப்பு ஏற்பட்டுள்ளது. சங்காலச் சொற்களை அன்வயப்படுத்தி அறியும் நிலையில் புதுச்சொற்கள் வரும் நிலை ஏற்பட்டிருக்கிறது. மேலும் அகம், புறம் என்னும் இரு கருத்துகளின் அடிப்படையில் வளர்ந்துவந்த சங்க இலக்கியங்களோடு பக்தி என்னும் கருத்தும் நுழைந்தபோது பக்தி குறித்தான பல சொற்களின் பயன்பாட்டுக்குத் தேவை ஏற்பட்டுள்ளது. அத்தகையச் சொற்கள் வடமொழிச் சொற்களினின்று கையாளப்பட்டுள்ளன. இம்மாற்றத்தை மொழிப்பயன்பாட்டுக்கான விரிவாக்கத்தின் தாக்கம் எனலாம். இவ்வழியில் இடைக்கால இலக்கியம் எங்ஙனம் பலவகை மாற்றங்களுக்கு வித்திட்டிருக்கிறது என எடுத்தியம்பவேண்டியது அவசியமாகிறது.

'பொருள் மயக்கம்' என்று அறியப்படும் மொழிப்பண்பு பல மாற்றங்களை ஏற்படுத்த வழிவகுத்துள்ளது. இவ்வகை மாற்றங்கள் இயல்பாகக் குறிப்பிட்ட மொழிப்பண்பின் அடிப்படையில் ஏற்படுகின்றன. இவையன்றி மற்ற மொழிகளின் கலப்பு ஏற்படும்போதும் மாற்றங்கள் ஏற்பட வாய்ப்பிருக்கிறது. கலப்பு ஏற்படும்போது மொழி ஆதிக்கம் நிகழ்ந்து தவிர்க்க இயலாத சூழலிலும் சில மாற்றங்கள் ஏற்பட வாய்ப்புள்ளது. இம் மாற்றங்கள் தமிழுக்கு மட்டும் ஏற்படும் நிகழ்வு அன்று; எல்லா மொழிகளிலும் ஏற்பட்டுள்ளன. இந்நோக்கில் வரலாற்று மொழியியல் கோட்பாடுகள் அடிப்படையில் மற்ற மொழிகளுக்குக் கொடுக்கப்பட்டிருக்கும் தீர்வுகளும் கண்டுபிடிப்புகளும் தமிழுக்கும் இயைந்தனவே என்னும் நோக்கில் தமிழ் மொழியின் வரலாற்று மாற்றங்களை அறியவேண்டியிருக்கிறது.

இலக்கிய உருவாக்கமும் இலக்கிய அறிவும்

உ.வே.சாமிநாதைய்யர் அவர்களின் "என் சரித்திரம்" எனும் நூலில் வரும் சில கருத்துகளை நோக்கும்போது தமிழ் இலக்கியத்தின் ஈர்ப்புத்தன்மை இருவேறு காலகட்டங்களில் இருவேறு விதங்களில் ஏற்பட்டுள்ளன. முதலில் தமிழ்க் கவிஞர்கள் தங்களின் திறமையைத் தம் ஆக்கத்திறமையோடு உருவாக்கித் தமிழின் சிறப்பை வெளிப்படுத்திய விதம்; பிறகு ஏனையோர் நன்கு அறிந்துகொண்டு அவற்றை மற்றவர்களுக்கு அழகுபடத் தெரிவுபடுத்திய விதம். முதற்கட்டத்தில் இலக்கியத் திறமையைத் தம் ஆக்க நிலையில் பல கவிதைகள் வழி வெளிப்படுத்தியுள்ளார்கள். இரண்டாவது கட்டத்தில் அந்தத் திறமையைத் தெளிவாக அறிந்தவழியில் புலமையின் அடிப்படையில் பாடும் திறமை, அழகுபட விளக்கும் திறமை, திறனாய்வு செய்தல் போன்ற பல்வேறு நிலைகளில்

வெளிப்படுத்தியிருக்கிறார்கள். கார்குடியில் உ.வே.சா. அவர்கள் கஸ்தூரி ஐயங்கார் எனும் தமிழ்ப்புலவரைக் கண்டபோது அவரோடு ஏற்பட்ட உரையாடலை எழுதியிருப்பதிலிருந்து இதை நாம் ஊகிக்க முடிகிறது.

"நீ யாரிடம் படித்து வருகிறாய்?" என்று கேட்டார்.

"இவ்வூர்க் கணக்குப்பிள்ளையவர்களிடம் படிக்கிறேன்."

"என்ன படிக்கிறாய்?"

"திருவிளையாடற்புராணம்."

"முன்பு வேறுயாரிடமேனும் படித்தது உண்டோ?"

"உண்டு. அரியலூர்ச் சடகோபையங்காரவர்களிடமும் வேறு சிலரிடமும் படித்தேன், என்று கூறி நான் படித்த நூல்கள் இன்னவையென்றும் தெரிவித்தேன்."

கேட்டதும் அவர், "அப்படியா? சடகோப ஐயங்காரவர்கள் நல்ல படிப்பாளி. அவர்களிடம் படித்தாய் என்பதைக் கேட்க எனக்கு மிகவும் திருப்தியாக இருக்கிறது. எங்கே, ஒரு பாடல் சொல், கேட்போம்", என்றார்.

"உடனே நான் பைரவி ராகத்தில் திருவேங்கடத்தந்தாதி யிலிருந்து ஒரு பாடல் சொன்னேன். பொருள்கூறும்படி அவர் கேட்டார். நான் சுருக்கமாகக் கூறினேன்" (சாமிநாதையர் **1958 ப. 55-56).**

தமிழ் இலக்கியங்கள் உருவானது மட்டுமல்லாமல் அவற்றை முறையாகப் படித்து அறிந்து அந்தத் திறமையை வெளியுலகுக்கு வெளிப்படுத்திவரும் சூழலும் இணைந்து வளர்ந்திருக்கிறது. "பைரவி ராகத்தில் திருவேங்கடத்தந்தாதியிலிருந்து ஒரு பாடல் சொன்னேன்," என்று இங்குக் குறிப்பிட்டிருப்பதைக் கூர்ந்து நோக்கவேண்டும். இலக்கியத்தை இசையுடன் இணைத்த நிலையில் அதற்கு அதிக மெருகு கிடைத்திருக்கிறது. பத்தொன்பதாம் நூற்றாண்டில் இப்பணி மிகவும் மும்முரமாக நடந்துள்ளது என்பதை சாமிநாதையர் அவர்களின் எழுத்துகளிலிருந்தும் மற்ற நூல்களிலிருந்தும் அறிகிறோம். குறிப்பாகப் பக்தி இலக்கியங்களையே இசையோடு இணைத்த நிலையில் ஏன் சங்க இலக்கியங்கள் பக்தி இலக்கியங்களைப் போல் பரவலாக மக்கள் மத்தியில் இடம் பெறவில்லை என்பதற்கான காரணம் விளங்கும். இத்தகைய உண்மைகளைத் தமிழ் இலக்கியங்களின் வளர்ச்சியோடு அவை தொடங்கிய காலத்திலிருந்து இக்காலம் வரை ஆய்ந்தறிய வேண்டியிருக்கிறது.

ஏ.கே. இராமானுசன் தன்னுடைய நூலில் பக்தி இலக்கியங்கள் வெவ்வேறுநிலைகளில் அறியப்படுகின்றன, உணரப்படுகின்றன என்கிறார். கேட்டல், பேசுதல், பார்த்தல், ஆடுதல் போன்ற பல நிலைகளோடன்றிப் பூசைகள், மேடைப்பேச்சு போன்று பல்வேறு சூழல்களிலும் பக்தி இலக்கியங்கள் மக்களிடையே பயன்பாட்டில் இருந்து வந்திருக்கின்றன என்பது குறிப்பிடத்தக்கது.[10] இதுபோல் இவ்வனைத்து வழிகளிலும் சங்க இலக்கியங்கள் பயன்பட்டு வருகின்றனவா? சமய இலக்கியங்களைப் பாமர மக்கள் தாங்கள் வணங்கும் இறைவனோடு இணைத்துப் பாடவும் கேட்கவும் அவை பற்றிப் பேசவுமான வாய்ப்பு அவர்களுக்குக் கிடைக்கிறது. மாறாகச் சங்க இலக்கியங்களின் பெருமையைக் கூற, எழுத பெரும்பாலும் இலக்கியவாதிகளாலேயே முடிகிறது. இவ்வகையில் சங்க இலக்கியங்களின் ஈர்ப்புத்தன்மைக்கான வழிவகைகள் சமய இலக்கியங்களைக்காட்டிலும் மிகக் குறைவே. இறைவனை அணுகுதல், இலக்கியங்களைப் பயன்படுத்தி இறைவனோடு ஒன்றுதல் என்பன தமிழ்ச் சமூகத்தில் அன்றாட வாழ்வாக இருந்து வந்திருக்கிறது. இது போலவே சங்ககாலத்திலும் புலவர்களின் திறமையை வெளிப்படுத்தலும் போற்றலும் மதித்தலுமான வாழ்வு முறை இருந்தது. இலக்கியங்களை அதன் கூறுகள், உத்திகள், அவற்றின் ஈர்க்கும் தன்மைகள் போன்ற பல கோட்பாடுகளின் அடிப்படையில் கூர்ந்துநோக்குவதோடு, அவை எங்ஙனம் மொழி வளர்ச்சிக்கும் மாற்றங்களுக்கும் காரணமாக இருந்து வந்துள்ளன எனும் உண்மையைக் கண்டுகொள்ளலாம். இலக்கியத்தையும் மொழிப் பண்பையும் இணைத்துத் தமிழையும் தமிழர்களின் வரலாற்றையும் உண்மை நிலையில் அறிய முயல்வதே இலக்கியப் பயணங்களை அறிவதன் குறிக்கோளாகும்.

காலத்துக்கேற்ப இலக்கியங்களின் அணுகுமுறைகள்

ஜேக்கஸ் டெரிடா என்னும் பிரஞ்சுத் தத்துவவாதி எழுத்தாளர் உரைகளையும் அவை கூறும் கருத்துகளையும் காலத்துக்கு ஏற்றவாறு அவ்வப்போது அலசி ஆராயவேண்டும் என்கிறார். ஒரு காலத்தில் எழுதப்படும் எழுத்து அக்காலத்துக்கு இயைபுடையதாக இருந்திருக்கலாம்; அதுவே எல்லா நேரத்திலும் எல்லாக் காலத்திலும் அதே கருத்தை ஏற்றிருக்கும் எனக் கொள்ள இயலாது எனவும் அவர் விளக்குகிறார். டெரிடா கூறுவது போல் எழுத்துகளையும் கருத்துகளையும் ஒவ்வொரு

---

10 “. . . from hearing to speaking; from watching to dancing; from a passive to an active mode; from a religion and a poetry of the esoteric few to a religion and a poetry of anyone who can speak ... From the sacrifcial rituals (yajña or homa) to worship puja.” (Ramanujan, 1981 p. 135).

காலக்கட்டத்திலும் அக்குவேறு ஆணிவேறாக அலசி ஆராயாத நிலையில் ஒரு வழிப்பாதையிலேயே மனித இனம் நகர்வதை நாம் காணவேண்டியிருக்கும் என ஊகிக்கலாம். சிந்திக்கும் திறன் வாய்ந்த மனித மனம் பழக்கவழக்கங்களுக்கு வெகு விரைவில் அடிமையாகிவிடக்கூடிய குணம் வாய்ந்தது, மாற்றங்களை வெகு விரைவில் ஏற்றுக்கொள்ள இயலாத ஒரு குணத்தைத்தான் நாம் மனித மனத்தின் தலையாயப் பண்பாகக் காண்கிறோம். பல்வேறு தடைகளையும் எளிதில் தகர்த்தெறியும் திறனையும் புதுமையையும் எளிதில் ஏற்றுக்கொள்ளும் நேரத்தில்தான் இந்தச் சிந்திக்கும் இயந்திரத்தின் முழுத்திறமையையும் உணர்ந்தறியமுடியும் என டெரிடாவின் கூற்றுவழி அறியலாம். தமிழர்களின் சிந்திக்கும் இயந்திரங்கள் சரிவர செயல்படுகின்றனவா? சங்ககாலத்திலிருந்து இச்சமூகத்தினரின் ஒவ்வொரு நாடியையும் உயிர்ப்பையும் சரிவர வழிநடத்தி வரும் இலக்கியங்களையும் அதன் பண்பாட்டையும் கூர்ந்து நோக்கிவரும் அறிஞர் பெருமக்களின் கருத்துகள் சரிவரப் பயன்படுகின்றனவா? இக்காலத்தில் சரளமாகப் பயன்பட்டு வரும் 'ஈசல் வாழ்க்கை', 'புற முதுகு காட்டாத் தமிழன் திறன்' போன்ற கருத்துப் பரிமாற்றங்கள் மட்டுமல்லாது 'வேலன் வெறியயர் களம்', 'கலம் தொடா மகளிர்', 'காந்தள் ஊதிய மணி நிறத் தும்பி' போன்ற பல தொடர்களின் உட்பொருளைத் தெளிவாக அறிய இலக்கிய உரைகளை வாழ்வோடும் வரலாற்று உண்மைகளோடும் 'பாலினுள் நெய்யைக் காணும்' முயற்சியாகவும் 'கரும்பினுள் சாற்றின் இனிமையைக் காணும்' முயற்சியாகவும் கண்டுணரவேண்டும். டெரிடா போன்றோரின் கருத்துகளைக் கூர்ந்து நோக்குவதன் பலனாகும் இது.

மொழியின் உரைகளின் தன்மையைப் பிளாட்டோவின் கருத்துகளோடு உற்றுநோக்கிய டெரிடா, "சொற்கள் சிறந்த மருந்து; அவற்றை எழுதும்போது அவை விடமாக மாறுகின்றன," என்கிறார்.[11] எழுதியவுடனேயே ஒலியையும் எழுதிய காலத்தின் வரலாறு, பண்பாடு போன்றவற்றையும் இழக்கத் தொடங்கும்

---

[11] "Derrida argues that Plato looked on writing as a drug whose effects could not be controlled: words are potentially good medicine (good letters, bonae litterae, cf. Glas, 290b, 'Il est tout seul, sans aucune des bonnes lettres'), but when written down they become poison for the mind. Poison, because writing weakens memory and, correlatively, the filial nature of words, their reference, back to a responsible, locatable source. The written text cannot be questioned like a speaker; it orphans words by depriving them of a voice that is alive and present. 'The specificity of writing, "Derrida alleges, 'is related to the absence of the father." This absence is said to undermine the univocity of discourse by introducing words that are, at once as weak as orphans who must be adopted and as strong as an unfathered, self-authorized voice." (Hartman, 1981:119).

எழுத்துகள் அவை எழுதப்பட்ட காலத்தின் பண்பாடு, வாழ்வுமுறை யோடு ஒன்றிய பல்வழிப் பாதையிலிருந்தும் கொஞ்சம் கொஞ் சமாக விலகி ஒருவழிப்பாதையைக் காணத் தொடங்குகின்றன. அதாவது ஒவ்வொரு இலக்கியமும் அவற்றின் சொற்களும் அடிகளும் அவை எழுதப்பட்ட காலத்தோடும் அக்காலப் பண்பாட்டோடும் பின்னிப் பிணைந்திருக்கும் தன்மையன ஆகும். காலத்தின் வேகத்தில் இச்சொற்களும் அவ்வடிகளும் அவற்றோடு இணைந்துள்ள இவ்வரலாற்று உண்மையையும் பண்பாட்டு உண்மையையும் கொஞ்சம் கொஞ்சமாக இழக்கத் தொடங்குகின்றன. இவ்வகையிலேயே வரலாற்றை நேரடியாகக் கூறாத இவ்விலக்கியங்களின் சொற்களை விடங்களாகவே அறியவேண்டியிருக்கிறது என்கிறார் டெரிடா. வரலாற்றுக் காலங்களை விட்டு விலகும் இவ்வெழுத்துகளின் அனாதரவுத் தன்மையை மனத்தில் கொண்டு இலக்கியத் திறனாய்வு என்னும் கருவியால் அவற்றைத் தத்தெடுக்கும் நிலைக்கு உள்ளாகிறோம். இது டெரிடாவின் கருத்தாகும். இந்நிலையில்தான் நாம் சங்ககால, பக்தி இலக்கியங்களைக் காண்கிறோம். பண்டைத் தமிழர்ப் பண்பாட்டோடும் அவர்களின் வாழ்வு முறை எண்ண ஓட்டங்களோடும் உயிர்ப்புடன் இருந்த இந்த இலக்கியங் களை இன்று நாம் சரியாகப் புரிந்துகொள்ளும் முயற்சியில் ஈடுபட்டுள்ளோம். தமிழ்மொழியின் உயிர் வடமொழியின் உயிரோடு இணைந்த காலம் என்று ஒன்றும் இருக்கிறது. அந்த இணைப்பின்போது எப்படித் தமிழ்மொழிச் சொற்களும் அவற்றின் உயிர்ப்பிணைப்பும் விலகின என்பதை அறியவேண்டியது அவசியம்.

இலக்கியங்களின் ஈர்ப்புத்தன்மை

மிச்சல் போகால்ட் என்னும் பிரஞ்சுத் தத்துவஞானி மனித வாழ்வில் இலக்கியங்களின் பங்கைப் பற்றிக் கூறும்போது ஒரு சில ஈர்ப்புத்தன்மை கொண்ட கருத்துகள், உத்திகள் ஆகியன மனித வாழ்க்கையைத் தலைகீழாக வழிமாறி எடுத்துச்செல்லும் பலத்தத் திறமை கொண்டனவாக இருக்கும் என்றார். ஈர்ப்புத்தன்மையையும் ஈர்க்கப்படுவோரையும் ஆய்ந்தறிந்த போகால்ட், சக்தி என்பது அரசனிடமும் கடவுளிடமும் மட்டும் இருப்பதில்லை, அது நம்மிடையே அரசு – மருத்துவம் – இலக்கியம் போன்ற பல வடிவங்களிலும் இருக்கின்றன என்கிறார். அரசன் தன் குடிகளைத் தன் ஆட்சிக்குள் உட்படுத்துவது போலவே அரசு தனது மக்களையும், மருத்துவம் தனது நோயாளிகளை யும், இலக்கியம் வாசகர்களையும் தம்மிடையே ஈர்த்துத்

தன்னகப்படுத்தும் தன்மையது என்கிறார் போகால்ட் (காண்க: Foucault 1983). தனி மனிதன் என்று பார்க்கும்போது எந்தச் சனநாயக முறையாக இருந்தாலும் இவ்வகை அதீதச் சக்திகளுக்கு அடிமைப்பட்டவர்களாகவே பலவகையிலும் உள்ளாகிறார்கள். அத்தகைய ஈர்ப்புத்தன்மை கொண்டனவாக கையாளப்படும் உவமைகள், உருவகங்கள், ஆகுபெயர், குறிப்புப்பெயர்கள், மிகைப்படுத்தல், இசை நலன் போன்ற இலக்கிய அணிகலன்களை மொழியியல், திறனாய்வு அடிப்படையில் மிகவும் கவனமாக ஆய்வு செய்யவேண்டும். அழகாகவும் மனத்தைக் கவரும் வண்ணமாகவும் கொடுக்கப்பட்ட பாடல்களைப் படிப்பவர்கள் அத்தகைய வருணனைகளுக்கு எளிதில் அடிமைப்பட்டுக் கருத்து களை உடனே ஏற்றுக்கொள்கிற மனநிலையை அடைகின்றனர் என்கிறார் போகால்ட். இதையே இந்திய இலக்கியங்களும் செய்துள்ளன. வாய்வழி இலக்கியங்களாக இருக்கட்டும், எழுத்துவழி இலக்கியங்களாக இருக்கட்டும், இந்நாட்டின் புராணங்களாக இருக்கட்டும், இந்திய மண்ணைப் பொருத்த வரையில் இந்நாட்டின் பண்பாடு என்பது ஓர் இலக்கியப் பண்பாடு என்றே கூறவேண்டியிருக்கிறது. இலக்கியங்களில் கூறியவற்றைக் கொண்டே வாழ்வுமுறை ஏற்படுகிறது என்பதை 'இலக்கியப் பண்பாடு' எனும் கருத்தில் நோக்கவேண்டும்.

நம்மிடையே உலவும் பல கருத்துப் பரிமாற்றங்கள் நமக்குக் காலம்காலமாக வாய்வழி, எழுத்துவழி இலக்கியங்கள் மூலம் நம்மை வந்து அடைந்துள்ளன. சங்க கால, பக்தி இலக்கியங்களை ஒப்பிடும்போது, சங்க இலக்கியங்கள் எந்த ஒரு அரசனையும் எந்த ஒரு குழுவினையும் சார்ந்துவிடுகிற அளவுக்கு நம் யாரையும் அடிமைப்படுத்துவனவாக இருக்காது. இதற்கு முக்கியக் காரணம் இவ்விலக்கியங்களைப் போற்றிப் பாராட்டிய சேரர்கள், சோழர்கள், பல்லவர்கள், பாண்டியர்களின் ஆட்சி இக்காலத்தில் இல்லை. மாறாக அவை தமிழர்களிடையே நிலவும் மிகையான தமிழ்ப்பற்று, இலக்கியப்பற்று என்னும் ஒரு சில கருத்துகளுக்கு மட்டும் வழிகோலியிருக்கின்றன என்றால் அது மிகையாகாது. ஆனால் பக்தி இலக்கியத்தின் கருத்து இறைவனும் இறைபக்தியுமே. அதில் நம் உள்ளம் ஒருங்கிணைந்த தென்றால் நாம் இறைவனுக்கும் இறைபக்திக்கும் ஆளாகிறோம் என்பதே பொருள். இலக்கியம் வேறு, பக்தி வேறு என்று அறிந்து செயல்படுகிற நிலையில் போகால்ட் கூறுகிறவாறு நாம் இவ்விலக்கியங்களுக்கு அடிமைப்படுகிற நிலையைத் தவிர்க்காத தருணத்தில் அவற்றின் அழகியல் கூறுகளுக்கும் அவை கூறும் வழிமுறைகளுக்கும் இசைந்துவிடுகிறோம்.

மேலும் இப்பக்தி இலக்கியங்களில் பெரும்பாலான கருத்துகள் யாவும் இருநிலை வழிபாட்டுமுறைகளுக்கே முக்கியத்துவம் கொடுத்துப் பெரும்பாலோரை வழிநடத்தின; அவை இன்னும் அங்ஙனமே வழிநடத்திவருகின்றன. (காண்க: Renganathan 2014). இவ்வெண்ண ஓட்டத்தினின்று சற்று விலகிய நிலையில்தான் நாம் விவேகானந்தர், திருமூலர் போன்றோரை அவர்களின் வாக்கு நெறிகள் வழியாகவும் அவர்களின் படைப்புகளின் வழியாகவும் வேறுபடுத்தி அறிகிறோம். இவ்வகையில் பக்தி இலக்கியங்களின் நயம் பற்றி அறியும்போது திருமூலர், பெரியாழ்வார் போன்ற கவிஞர்களின் தனித்தன்மை பற்றியும் சரியாக அறிய முற்படுகிறது இந்நூல்.

1. இலக்கிய உத்திகள்

இலக்கியங்கள் கையாளும் பொருளின் அடிப்படையில் அவற்றை நீதி இலக்கியம், அகம், புறம், சமயம், இசை, கணிதம், நாட்டியம் எனச் சார்ந்து பல்வேறு இலக்கிய வகைமைகளாகப் பிரிக்கலாம். தெற்காசிய இலக்கியங்கள் எவை என அறுதியிடும்போது எவையெல்லாம் எழுத்து வடிவங்களுக்குக் கொண்டு வரப்பட்டனவோ அவையெல்லாம் இலக்கியங்கள் எனும் தகுதி பெறலாமோ என வினவுகிறார் போல்லாக்.[1] படைப்பிலக்கியம், வரலாற்றிலக்கியம், கற்பனை இலக்கியம் என அவற்றின் தன்மையின் அடிப்படையிலும் அதனை வெவ்வேறாகப் பிரிக்கலாம். சுருங்கச் சொல்லுதல், இயற்கையோடு இயைந்து விளித்தல், கற்பனை உலகை நிறுவுதல், உவமைகள் – உருவகங்களைப் பயன்படுத்துதல், மிகைப்படுத்திக் கூறுதல், மொழியின் பண்புகளைச் சந்தங்கள் வழி வெளிப்படுத்துதல் போன்ற பல தனித்துவப் பண்புகளைத் தன்னகத்தே கொண்டு படிப்போரின் மனத்தைக் கவரும் வண்ணம் இருக்கவேண்டும் இலக்கியங்கள். செஞ்ஞாயிறு, வெண்தாமரை, தண்ணிலவு, வெங்கதிர் போன்ற பல சிறப்புச் சொற்கள் மூலம் இயற்கையின் பண்புகளைவெளிப்படுத்தல், "உண்ணீர் வறப்பப் புலர்வாடு நாவிற்குத் தண்ணீர் பெறா அத்

---

[1]. ... it appears that everything ever textualized in South Asia is qualified for inventory: philology ("grammatical literature"), ritual ("Hindu tantric and Sakta literature"), systematic thought on the moral order ("dharma- sastra and juridical literature"), cosmology ("Samkhya literature") and physical sciences ("astral literature"), in addition to "Tamil literature," "Assamese literature," and again, "Vedic literature." (Pollock 2003 p.8).

தடுமாற்றருந்துயரங் கண்ணீர் நனைக்குங் கடுமைய (கலி. 6:4–6)”[2] என்பது போன்ற மனித வாழ்க்கையின் துயரங்களை வெளிப்படுத்தல், “...ஒளிறுவாள் மறவரும் களிறும் மாவும் குருதியும் குரூஉப்புனற் பொருகளத்து ஒழிய, நாளும் ஆனான் கடந்துஅட்டு” **(புறம் 227) என வீரர்களின் திறன்களைச் சுட்டிக்காட்டுதல்,** “...செம்புலப் பெயனீர் போலஅன்புடை நெஞ்சம் தாங்கலந் தனவே” (குறு. 40) எனக் **காதலையும் அன்பையும் மழைநீரும் செம்புலமும் இரண்டறக் கலக்கும் இயற்கைப் பண்போடு உவமையாக வெளிப்படுத்தல், “அருவி யார்ப்ப முத்து அணிந்தன வரை” (பரி. 18:46) என அருவி ஒலியோடு வெண் நிறத்தில் விழுவதை மலைகள் முத்துமாலையை அணிந்தது போன்றிருக்கிறது என்று கூறிக் கற்பனையின் திறத்தை வெளிப்படுத்துதல் போன்ற இன்னும் பல உத்திகளையும் கருத்துகளையும் தம்மிடையே கொண்டு படிப்போரின் மனதைக் கவரும் சிறப்புத் தன்மையைப் பெறுகின்றன இலக்கியங்கள். தமிழ் இலக்கியங்கள் சங்கம் தொட்டு இக்காலம் வரை எப்படி இத்தகையத் திறன்கள் பலவற்றைத் தம்மிடையே கொண்டு உலக இலக்கியங்களுக்கு இணையாக நிலைத்து நிற்கின்றன** என்பதைச் சுட்டிக்காட்டுவது அவசியமாகிறது. இந்நோக்கில் இது போன்ற சிறப்பான உத்திகளைத் தமிழ் இலக்கியங்களின்வழி உற்றுநோக்குகிறது இப்பகுதி.

உவமைகள், உருவகங்கள் மற்றும் சங்ககாலத் தமிழ்க் கேளிர்

உவமைகள் தமிழ்க் கவிதைகளுக்குப் பலவகையிலும் மெருகூட்டுவதாக இருந்து வருகின்றன. அவை படிப்போரின் கவனத்தைக் கவர்கின்றன. சங்க நூல்களின் பெருமை அவை கூறும் உவமைகள்தாம் என்றால் மிகையாகாது. தொல்காப்பியர் உவமைக்கு இலக்கணம் கூறும்போது வினை, பயன், மெய் உரு என்னும் பொருள்களில் உவமை வருவதைக் கூறுகிறார்.

> வினை பயன் மெய் உரு என்ற நான்கே
> வகை பெற வந்த உவமைத் தோற்றம் (தொல். சூ. 272)

உவமைகளை ‘அன்ன’, ‘போல்’, ‘போல’, ‘ஒற்று’, ‘ஒத்து’, ‘என’ என்பன போன்ற விகுதிகளால் மட்டும் தமிழ் இலக்கியங் களில் வெளிப்படுத்தியிருக்கிறார்கள் என்று கூற முடியாது. தொல்காப்பியரின் உவமைக்கான நூற்பாவிலிருந்து உவமைப் பொருளை விகுதிகளால் மட்டுமன்றிச் சொற்களைப் பயன்படுத்தி யும் கொடுக்கலாம் என்பதை அறியலாம். (தொல். சூ. 282).

2 “தவிக்கிற வாய்க்குத் தண்ணீர்” என்கிற பழமொழியின் பொருளையே இந்த இலக்கிய வரியும் ‘பெரும் துயரத்துக்கு’ உவமையாகப் பயன்படுத்திருப்பதை வரலாற்றுநோக்கில் ஆராயவேண்டியுள்ளது.

ஆட்டின் கழுத்தில் அதர்கிடந்தற்றே (திருமந். 2937)
நிலவிய முகில் நீரொத்து (திருமந். 3001)
காண வல்லார்க்கு அவன் கண்ணின் மணியொக்கும் (திருமந். 2823)

போன்ற எடுத்துக்காட்டுகளின் மூலம் இதை அறியலாம். குறிப்பாக "ஒழிந்திலன் ஏழுலகு ஒத்துநின்றானே" (திருமந். 3034:4) என வரும் பயன்பாட்டினின்று 'ஒத்து' எனும் உவமை விகுதி 'ஒத்துநில்', 'ஒத்துக்காண்', 'ஒத்துப்பார்' போன்ற கூட்டுவினைகளினின்று மறுவியிருப்பதை அறியலாம். 'போலிரு', 'ஒத்துநில்' போன்ற கூட்டுவினையினின்று இவ்வகைத் தனியுருபுகள் மாறியது இலக்கணவாக்கம் காரணமாக ஏற்பட்ட மாற்றம். போல், ஒத்து என்னும் விகுதிகள் உவமை விகுதிகளாக இலக்கணப்படுத்தப்பட்டபின் மயக்கத்தைத் தவிர்க்கும் நோக்கில் 'போலிரு', 'ஒத்துநில்', 'ஒத்துஅறி' போன்ற கூட்டுவினைகள் வழக்கிழந்தன. ஒத்து எனும் வினை பக்திக்காலத் தமிழில் மற்ற வினைகளோடு இணைந்து கூட்டுவினையாக வந்திருக்கின்றது. 'அறி' எனும் வினையோடு "சத்தமும் சத்த மனமும் மனக்கருத்து ஒத்துஅறிகின்ற இடமும் அறிகிலர்" எனவும், (தேவா. 7–420), 'உணர்' எனும் வினையோடு "ஒத்து உணர்" என்னும் பொருளில் "வைத்துணர்ந்தான் மனத்தொடும் வாய் பேசி ஒத்துணர்ந்தான் உரு ஒன்றோடொன்று ஒவ்வாது" (திருமந். 309) எனவும் மற்ற வினைகள் போலவே இந்த வினையும் வந்துள்ளது.

இக்காலத் தமிழில் 'ஒத்துப்பார்', 'ஒத்துப்போ', 'ஒத்துக்கொள்' போன்ற ஒருசில கூட்டுவினைகளாக மட்டும் 'ஒத்து' வழக்கத்தில் இருப்பது நோக்கத்தக்கது. ஆனால் இவ்வினை 'போல்' எனும் பொருளிலோ பக்தித்தமிழ் போல் 'அறி', 'காண்', 'நில்' எனப் பல வினைகளோடு இணைந்து வரும் தன்மையைக் கொண்டோ இல்லாதிருப்பது குறிப்பிடத்தக்கது. இவ்வகையில் மேற்படி கூட்டுவினைகள் உருவாவதற்கும் இவ்வினையின் பல பயன்பாடுகள் வழக்கிழப்பதற்கும் தொடர்பு இருப்பதை ஆய்ந்தறிய வேண்டியிருக்கிறது. 'எதிர்பார்', 'உள்நோக்கு', 'வெளியேறு' போன்ற கூட்டுவினைகள் இக்காலத் தமிழில் வந்துள்ளமையையும் இது தொடர்பான பக்திக்காலத் தமிழில் பயன்படுத்தப்பட்டு வந்த வடிவங்கள் வழக்கிழந்தமையையும் இங்குச் சுட்டிக்காட்டவேண்டும்.

இயற்கையை மனித வாழ்வோடு இணைத்து ஒன்றுக்கு ஒன்று உவமையாக இலக்கியங்களில் பல நிலைகளில் பயன்படுத்தியிருக்கிறார்கள். பின்வரும் திருத்தக்கத்தேவர் பாடலில் ஐம்புலன்களை எங்ஙனம் முறைப்பட அடக்கி வாழ வேண்டும் என்பதை வயலில் ஏர் உழுது பயிரிடும் செயலோடு உருவகமாக ஒப்பிட்டுக் கொடுத்துள்ளது விளங்கும். இங்கு

உவமை உருபுகள் எதுவும் பயன்படுத்தப்படாமை கவிதைப் பண்பில் ஒன்று என்பது நோக்கத்தக்கது. இச்சூழலில் ஒன்றைப் போன்று ஒன்று என்று கூற முடியாததைப் பார்க்கலாம். அதாவது ஒன்றை ஒன்றாகவே குறிப்பிடும் நிலையில் அதை 'உருவகம்' எனக் கொள்ளவேண்டும்.

ஒன்றாய வூக்கவேர் பூட்டியாக்கைச் செறுவுழுது
நன்றாய நல்விரதச் செந்நெல் வித்தியொழுக்கநீர்
குன்றாமற் றாங்கொடுத்தைம் பொறியின் வேலிகாத்தோம்பின்
வென்றார் தம்வீட்டின்பம் விளைக்கும் விண்ணோருலகீன்றே

(சிந்தா. 962)

"ஒரு நிலைப்பட்ட ஊக்கம் என்னும் ஏரினைப் பூட்டி உடம்பாகிய நிலத்தைத் தவத்தால் உழுது, நல்ல நோன்பாகிய செந்நெல்லை விதைத்து, நல்லொழுக்கமாகிய நீரை வற்றாமல் பாய்ச்சி, ஐம்பொறிகளையும் வேலியாக அமைத்துப் புலன்கள் தீமையாற் செல்லாமல் காத்தால், அந்நிலை முதலில் வானுலக இன்பத்தினைத் தருவதோடு, புலன் வென்ற சித்தர்களின் பேரின்ப வீட்டினையும் நல்கும் என்பது விளங்கும்." *(ஆறுமுகம் 2008:71).*

ஊக்கத்தை ஏருக்கும், உடலை நிலத்துக்கும், உழுவதைத் தவம் செய்தலுக்கும், செந்நெல்லை நோன்புக்கும், நல்லொழுக்கத்தை நீருக்கும், வற்றாமல் நீர் பாய்ச்சுவதைத் தொடர்ந்து ஒழுக்கத்தைக் கடைப்பிடிப்பதற்கும், வேலியை ஐம்பொறி களைத் தீயவொழுக்கத்துக்குப் போகாமல் தடுத்தலுக்கும், நல்விளைச்சலுக்குப் பேரின்பம் அடைவதற்கும் இணையாகக் கொடுத்துள்ள விதம் இவற்றை ஒன்றுக்கு ஒன்று உருவகமாகப் பயன்படுத்துவதற்கான ஒருவகை சொல்லாக்க உத்தியாகும்.

'ஊக்கஏர்', 'யாக்கைச் செறுவுழுதல்', 'நல்விரதச் செந்நெல்', 'ஒழுக்கநீர்', 'ஐம்பொறியின்வேலி' என வரும் தொடர்களைக் கூர்ந்து நோக்கும்போது இவை உவமைப் பெயரையும் உவமேயப் பெயரையும் இணைத்து அமைக்கப்பட்ட புதுவகைத் தொடராக இருக்கிறது. இவற்றைப் பெயரடை அல்லது வினையடை கொண்ட பெயராகவோ அல்லது வினையாகவோ கொள்ளாமல், அகராதியில் புதுப்பண்புடன் இணைக்கவேண்டிய தகுதி பெறும் சொல்வகையாகத்தான் கொள்ளவேண்டும்.

சில உவமைகளில் பண்புப்பெயர்களின் எதிர்மறைப் பொருள் பயன்படுகிறது. "வேனிற்புனலன்ன நுந்தையை நோவார்யார்?" *(கலி. 84:38)* என வரும் கலித்தொகைப் பாடலில் 'வேனில் புனல்' 'நுந்தையை நோவதற்கு' ஒப்புமைப்படுத்தப்பட்டிருக்கிறது. அதாவது "வெயில் காலத்தில் வெள்ளம் வருவது கிடையாது". அதேபோல் "உன் தந்தையையும் யாரும் எப்பொழுதும் நோகமாட்டார்கள்," என்பது நினைத்துக்கூடப் பார்க்கமுடியாத

ஒன்று என்பதை உறுதியாகக் கூறுகிறது இவ்வுவமை. இங்கு 'வேனிற்புனல்' என்னும் கூட்டுப்பெயரின் பண்பு எதிர்மறையைக் குறிக்கும் குறிப்புப்பொருளை உணர்த்தப் பயன்பட்டுள்ளது. இவ்வாறே பேச்சுத்தமிழிலும், "அத்தைக்கு மீசை முளைத்த மாதிரி," "பூனை கண்ணை மூடினால் உலகமே இருண்டுவிடுமாம்," "குப்புற விழுந்தாலும் மீசையில் மண் ஒட்டவில்லை," என்பன போன்ற பழமொழிகள் பயன்படுத்தப்படுகின்றன.

இன்னும் சில உவமைகள்வழிப் பண்டைத் தமிழ்ச் சமூகத்தின் பண்பாட்டையும் வரலாற்றுச் செய்திகளையும் அறிய முடிகின்றன. திங்கள், ஞாயிறு, அமிழ்தம், வேனில், மாரி, புணை போன்ற பல சொற்களின் கருப்பொருள்களைத் தமிழ்க் கவிஞர்கள் பயன்படுத்திவந்துள்ளார்கள். "நீ உன் பகைவர்களுக்கு ஞாயிறு போல் உள்ளாய்," என்பதை "ஞாயிறு அனைய நின் பகைவர்க்கு," என்றும் "நீ எங்களுக்குத் திங்கள் போல இருக்கிறாய்," என்பதைத் "திங்கள் அனைய எம்மனோர்க்கே," (புறம் 59) என்றும் புறநானூறு கூறுகிறது.

சங்ககாலப் புலவர்கள் கையாளும் சில உவமைகள் இக்கால வழக்கில் இல்லாமை பற்றி ஆய்வுசெய்யும்போது அவை சில வரலாற்று உண்மைகளையும் கொடுப்பனவாக உள்ளன. எடுத்துக்காட்டாக, "பிண்ட நெல்லின் அள்ளூர் அன்ன," (அகம் 46–14) என்று கூறும் அகநானூற்றுப் பாடலில் வரும் பிண்ட நெல் பற்றியும் அள்ளூர் பற்றியும் விளக்கம் இல்லை. இங்ஙனமே வெயில் காலத்திலும் காய்ந்து போகாத பனையே காய்வதைப் போல என்பதை அகம் "வேனிற் வெளிற்றுப் பனை போல்," எனக் கூறுகிறது. இத்தகைய உவமைகளை இன்று காணமுடிவதில்லை. ஆனால் இப்போது பயன்படுத்தப்படும் 'ஈசல்வாழ்க்கை', 'நிலவுமுகம்', 'முத்துப்பல்' போன்ற பண்புப்பெயர்கள் உருவகங்களாகச் சங்ககாலத்தில் பயன்படுத்தப் பட்ட உவமைகளினின்று இக்காலத்தமிழுக்கு வந்துள்ளன. இச்சூழலில் உவமையிலிருந்து உருவகம் மாறும் விதத்தையும் மொழிமாற்றங்களின் அடிப்படையில் கூர்ந்துநோக்கலாம்.

உருவகங்களும் உட்பொருளின் விளக்கமும்

மேலே கூறியவாறு ஒன்றை ஒன்று போல் இருக்கிறது என்பதை 'உவமைத் தொடர்' எனலாம். ஒன்றை மற்றொன்றாகவே இருக்கிறது என்பதை 'உருவகம்' எனலாம். "என் மகன் சிங்கம் போல வருவான்," என்பதை உவமை எனலாம். "என் இளைய சிங்கம் வருகிறான்," என்பதை உருவகம் எனலாம். கீழ்வரும் பரிபாடல் அடிகளில் கடுவன் இளவெயினார் இறைவனை உருவகப்படுத்திப் பாடுகிறார்:

தீயினுள் தெறல் நீ பூவினுள் நாற்றம் நீ
கல்லினுள் மணியும் நீ சொல்லினுள் வாய்மை நீ
அறத்தினுள் அன்பு நீ மறத்தினுள் மைந்து நீ
வேதத்து மறை நீ பூதத்து முதலும் நீ
வெஞ்சுடர் ஒளியும் நீ திங்களுள் அளியும் நீ
அனைத்தும் நீ அனைத்தின் உட்பொருளும் நீ (பரி. 3:63–68)

அனைத்தின் உட்பொருள் என இறைவனைச் சுட்டிக்காட்டியிருப்பது இவ்வுட்பொருட்களாகிய 'தெறல்' (வெப்பம்), 'நாற்றம்' (மணம்), 'மணி' (மாணிக்கம்), 'வாய்மை' (உண்மை), 'அன்பு', 'மைந்து' (ஆற்றல்), 'மறை' (மந்திரம்), 'முதல்', 'ஒளி', 'அளி' (தண்மை) என இறைவனை உருவகப்படுத்தியிருப்பது நோக்கத்தக்கது. "நின் வெம்மையும் விளக்கமும் ஞாயிற்றுள," (பரி. 4:25) எனத் தொடங்கும் பாடலும் இதே உத்தியில் எழுதப்பட்டதே.

நின் வெம்மையும் விளக்கமும் ஞாயிற்றுள
நின் தண்மையும் சாயலும் திங்களுள
நின் சுரத்தலும் வண்மையும் மாரியுள
நின் புரத்தலும் நோன்மையும் ஞாலத்துள
நின் நாற்றமும் ஒண்மையும் பூவையுள
நின் தோற்றமும் அகலமும் நீரிலுள
நின் உருவமும் ஒலியும் ஆகாயத்துள
நின் வருதலும் ஒடுக்கமும் மருந்தினுள
அதனால் இவ்வும் உவ்வும் அவ்வும் பிறவும்
ஏம மார்ந்த நிற் பிரிந்து
மேவல் சான்றன எல்லாம். (பரி. 4:25–35)

இப்பாடலில் இயற்கைப் பண்பையும் இறைப்பண்பையும் இணைப்பதைக் காண்கிறோம். இயற்கையே இறைவனாக, இறைவனே இயற்கையாக 'உவ்வும்', 'அவ்வும்' 'பிறவும்' என இருக்கிறார் என்னும் கருத்தில் நம்மாழ்வார் திருவாய்மொழியில், "நாமவ னிவனுவன்..." எனத் தொடங்கும் பாடலில் எல்லாமாக இறைவன் இருக்கிறான் என வரும் பாடலும் இக்கருத்தையே வலியுறுத்துவதைகிறது. இயற்கைப் பொருட்களாகிய ஞாயிறு, திங்கள், மாரி, பூமி, பூ, நீர், ஆகாயம், காற்று ஆகியவற்றின் பண்புகளாகிய வெம்மை, குளிர், மணம், பரந்த தன்மை போன்ற குணங்களை 'அருள்', 'அழித்தல்', 'பொறுமை', 'கொடை' ஆகிய மனிதப் பண்புகளோடு இணைத்துள்ளமை குறிப்பிடத்தக்கது. இக்குணங்களை இந்தப் பாடல்வழி இறைவனோடு இணைத்திருப்பது உருவக உத்தியேயாகும். இவ்வகையில் இயற்கையையும் மனித வாழ்வையும் இணைப்பதே இலக்கியம். இயற்கையின் பண்புகளும் மனித வாழ்வின் பண்புகளும் இணைந்திருக்கின்றன என்னும் கருத்தை வலியுறுத்துவதே இலக்கியம் எனவும் கொள்ளலாம்.

திருமூலரும் இதே கருத்திலேயே உட்பொருளைக்கொண்டு உருவகத்தைப் பயன்படுத்தியிருப்பதைப் பின்வரும் திருமந்திரம் பாடலிலிருந்து அறியலாம்.

> காலினில் ஊருங் கரும்பினில் கட்டியும்
> பாலினுள் நெய்யும் பழத்துள் இரதமும்
> பூவினுள் நாற்றமும் போலுளன் எம்மிறை
> காவலன் எங்குங் கலந்துநின் றானே. (திருமந். 2639)

'கால்' என்பதைக் காற்று எனக் கொண்டு காற்றில் உயிருக்கு நாடியாக இருக்கும் பிராண வாயுவையே 'ஊர்' என்கிறார் திருமூலர். காலனைக் காற்றில் இருக்கும் சீவனின் நாடியாகக் குறிப்பிடுவதும் உருவகமே. அடிக்கரும்பின் சுவை, பாலிலிருந்து கிடைக்கும் நெய், பழத்திலிருந்து கிடைக்கும் இனிப்பு, பூவிலிருந்து வரும் நறுமணம்போல இருப்பான் எம்முடைய இறைவன் எனக் குறிப்பிடுவன உட்பொருள் உருவகங்கள். இங்ஙனம் பல்வேறு உட்பொருட்களை இறைவனாக எங்கும் கலந்து நிற்பவனாகக் கூறுவது உருவகமே. பின்வரும் அகநானூற்றுப் பாடலில் தலைவன் வானத்துச் சுடரில் வீசும் ஒளிக்கதிர்போல தன்னோடு வரவில்லை என்றால் என்னுடைய வளையல்கள் அனைத்தும் சோழர் வீசும் வில்லில் மடியும் ஆரியப் படைகள்போல உடையட்டும் என்கிறாள்.

> ...வானிடைச்
> சுடரொடு திரிதரும் நெருஞ்சி போல
> என்னொடு திரியான் ஆயின், வென்வேல்
> மாரி யம்பின் மழைத்தோற் சோழர்
> வில்லீண்டு குறும்பின் வல்லத்துப் புறமிளை
> ஆரியர் படையின் உடைகவென்
> நேரிறை முன்கை வீங்கிய வளையே! (அகம். 336)

இப்பாடலில் சோழனை "வென்வேல் மாரியம்பின் மழைத்தோற் சோழர்," எனக் குறிப்பிட்டிருப்பதில் 'மாரியம்பு' என அம்பை மாரியாகக் கூறியிருப்பதை உருவகம் எனக் கொள்ளல்வேண்டும். வானிடை வீசும் சுடரொளியை நெருஞ்சி முள்ளோடு ஒப்பிட்டுக் கூறுவது உவமையாகும்.

உருவகத்தைத் தொல்காப்பியரின் சூத்திரத்தோடு *(Tol. Porul. 280)* விளக்கும் கந்தசாமி, உருவகம் என்பது உவமைகளின் ஒரு வகையே எனவும் இதைத் திரிபுற்ற உவமை *(inverted simile)* எனவே கொள்ளவேண்டும் எனவும் கூறுகிறார். *(Kandasamy, S. N. 2001: 112)*. சிறுபாணாற்றுப்படையில் கொடுக்கப்பட்டுள்ள 'முலைக்கொங்கம்,' 'முகத்தாமரை' என்னும் உருவகங்களை முறையே 'கொங்கை மரத்தின் பூமொட்டு போன்ற முலை' எனவும் 'தாமரையைப் போன்ற முகம்' எனவும் கொண்டு உருவகங்களைத்

திரிபுற்ற உவமையாகவே கொள்ளவேண்டும் எனக் கந்தசாமி கூறுகிறார். இக்கருத்தை ஆழமாக ஆய்ந்தறிவது தேவையாகிறது. 'என் இளஞ்சிங்கம் வருகிறான்,' எனத் தனது மகனை ஒரு தாய் கூறும்போது 'இளஞ்சிங்கம்' எனும் பெயர்த்தொடரை மகனைக் குறிக்கும் 'உருவகமாகக்' கொள்கிறோம். இதையே 'சிங்கம் போன்ற மகன்' எனத் திரிபுற்ற உவமையெனக் கொண்டு உவமைத் தொடரின் ஒரு வகை எனக் கூறுவதை 'உருவகம்' என்பது உவமையினின்று உருவாகிறது எனக் கொள்ளவேண்டியிருக்கிறது. 'முத்து போன்ற பல்' என்பதையும் 'முத்துப்பல்' என்பதையும் நாம் எவ்வாறு பிரித்தறிகிறோம் என்பதில்தான் இருக்கிறது 'உவமை' என்பதையும் 'உருவகம்' என்பதையும் நாம் பிரித்துணரும் நோக்கு. உவமைகளும் உருவகங்களும் தமிழர்களின் மனத்தை ஈர்க்கும் உத்தியாக இருந்து வந்துள்ளன, இன்னமும் இருந்து வருகின்றன.

பிண்ட நெல்

நெல் சங்ககால வாழ்க்கையிலும் பெரும் பங்கு வகித்து வந்திருக்கிறது. "நெல்லும் உயிர் அன்றே! நீரும் உயிர் அன்றே! மன்னன் உயிர்த்தே மலர்தலை உலகம்," (புறம் 186) என்னும் பாடலில் நெல்லைக் காட்டிலும் நீரைக் காட்டிலும் மன்னனுடைய ஆட்சியே உலகத்தில் மாட்சிமை பொருந்தியது என்கிறார் இப்புலவர். முதிர்ந்து வளராத நெல்லைப் பிண்ட நெல் என்று கூறும் வழக்கு இன்றும் உண்டு. இவ்வகை நெற்களைச் சங்கப்பாடல்களில் உவமையாகப் புலவர்கள் பாடியிருப்பதினின்று அக்காலத்திலும் நெல் முதிர்ந்து வருகையிலேயே மாரி பொய்த்துப் பஞ்சத்தினால் பிண்டமாக ஆகும் நிலை இருந்தது. அகநானூற்றில் 'பிண்ட நெல்' பற்றி இரண்டு இடங்களில் காண்கிறோம். "பிண்ட நெல்லின் அள்ளூர் அன்ன என் ஒண்தொடி நெகிழினும் நெகிழ்க," (அகம் 10) "பிண்ட நெல்லின் உறந்தை ஆங்கண்," (அகம் 6) என்ற அடியையும் காண்கிறோம். குறுந்தொகையிலும் புறநானூற்றிலும் அள்ளூர் நன்முல்லையார் என்பவர் பல பாடல்களைப் பாடியுள்ளார். இதனின்று அள்ளூர் என்பது ஒரு ஊராகத்தான் இருக்கவேண்டும் என்பதை ஊகிக்கமுடிகிறது. 'என் ஒண்தொடி' என்பது மகளிர் அணியும் அழகான ஒளிவீசும் கையணி அல்லது இடுப்பணி எனக்கொண்டால் எங்கள் ஊரின் வறுமையால் என் ஒண்தொடி எனக்கு மிகவும் பெரிதாக ஆகிவிட்டது, என் கைகளும் இடுப்பும் நெகிழ்ந்துவிட்டன என்று அங்கு ஏற்பட்ட பஞ்சத்தைக் குறிப்பாகக் காட்டுகிறார் இப்புலவர். இப்பாடலைப் பாடுபவர் அள்ளூரின் வறுமையைப் பற்றி வருத்தமுற்றுக் கூறுகிறார். 'பிண்ட நெல்' என்னும் தொடரை 'வளர்ச்சி குறைவு பெற்ற நெல்' அல்லது 'சரியாக வளராத நெல்' எனக் கொள்ளவே தோன்றுகிறது. இதைக் குறைவாக அறுவடையான நெல் எனவும் கொள்ளலாம்.

அப்படியெனில் அள்ளூரில் முழுமையாக விளையும் முன்னே தண்ணீர்ப் பஞ்சத்தால் நிறைய நெல் விளையாத சூழல் அங்கு நிகழ்ந்திருக்கலாம். இந்தச் சூழலே இப்பாடலைப் பாடியபோது நிகழ்ந்திருக்கவேண்டும். இது இப்படியெனில் இவ்வுவமையினின்று அள்ளூரின் வரலாற்றையும் அங்கு நிகழ்ந்த வறுமையையும் நாம் முழுமையாக மறந்துவிட்டோம் எனவே புலப்படுகிறது. "காய்நெல் அறுத்துக் கவளங் கொளினே!" (புறம் 184) என்கிறார் பிசிராந்தையார். அறுவடையையே தமிழர்கள் காலங்காலமாக ஏங்கிக் காத்து வந்திருக்கின்றனர். இதைத்தான் 'வானம் பார்த்த பூமி' என்னும் பழமொழியாக நாம் அறிகிறோம். வறுமை என்பது தமிழர்களுக்கு எந்தக் காலத்திலும் புதியது அல்ல. தமிழர்கள் வறுமையில் வாடிய செய்தியையும் காலங்காலமாகக் கண்டுவருகிறோம். ஆனால் அள்ளூர் எனும் ஊரில் ஏற்பட்ட வறுமை ஏன் புலவரின் பாடல்வரை வந்தது என்பதை நோக்கும்போது அவ்வூர் ஏதோவொரு வகையில் அப்பொழுது புகழ்பெற்றதாக இருந்திருக்க வேண்டும், மகத்தானதாக இருந்திருக்கவேண்டும் என ஊகிக்கவேண்டியிருக்கிறது.

'ஈசல் வாழ்க்கை' – உவமையினின்று உருவகம்

உவமைகளை அதிகமாகக் காணும்போது அவை உருவகங்களாக மாறும் தன்மையையும் அறியமுடியும். 'ஈசல் வாழ்க்கை' என்பது 'நிலையற்ற குறுகிய வாழ்க்கை' என்னும் உருவகமாகும். இப்பொருளைச் சங்க இலக்கியங்களில் பல உவமைகளில் காணமுடிகிறது. ஒருவகை சிவப்பு எறும்புகளுக்கு இறக்கைகள் கொண்டு பறக்கக்கூடிய தன்மை இருக்கும். ஆனால் அந்த இறக்கையே அவற்றின் அழிவுக்கும் காரணமாய் இருக்கும். வெளியே உள்ள வெப்பம் அவற்றைச் சுட்டுத் தீர்த்துவிடும்; அதனால் அவை புற்றுகளிலேயே அடர்த்தியாக வசிக்கும். கோடைக்காலத்தில் சில சமயம் வெயில் அடிக்கும்போதே மழையும் வரும். அத்தகைய மழை நின்றவுடன் இந்த ஈசல்கள் பறக்கத் தொடங்கிவிடும். ஆனால் அதுவே அவற்றின் முடிவுக்கும் காரணமாகிறது. ஏனெனில் கோடைக்கால மழைக்குப் பின் உடனே வெயில் மிகவும் சூட்டோடு அடிக்கத் தொடங்கும். இந்த ஈசல்கள் எல்லாம் வெப்பம் தாங்காமல் தோற்றுப்போன படைச் சிப்பாய்கள் போல் உடனே மண்ணில் விழுந்து மடிந்துவிடும். மேலும் கோடைக்காலத்திலிருந்து கார்காலத்துக்கு மாறுவதற்கான அறிகுறியாகவும் இந்த ஈசல்கள் பறக்கும் காலத்தைக் கூறுவார்கள். சங்ககாலப் பாடல்களிலிருந்துதான் இந்த ஈசல் பற்றிய செய்தி நமக்குத் தெரியவந்தது.

ஐயூர் மூவனார் என்னும் புலவர் பாண்டியன் கூடகாரத்துத் துஞ்சிய மாறன் வழுதியின் போர்த்திறத்தைப் பற்றிப் பாடும்போது

இவன் வெகுண்டால் எதிரிகள் ஈசல்கள் மடிவது போல் ஒரு பகலிலேயே மடிந்துவிடுவர் என்கிறார். '...செம்புற்று ஈயல் போல் ஒரு பகல் வாழ்க்கைக்கு உலமருவாரே' (புறம். 51). அக்காலத்தில் 'ஈசலை''ஈயல்' என்றே வழங்கியிருக்கிறார்கள். இன்றும் மலையாளத்தில் 'ஈயல்' என்றே கூறுகின்றனர்.[3]

குறும்பல் கோதை கொன்றை மலர
நெடுஞ்செம் புற்ற மீயல் பகர
மாபசி மறுப்பக் கார் தொடங்கின்றே
... ... (ஐங்குறுநூறு 497)

என்ற ஐங்குறுநூற்றுப் பாடல் ஈசல்கள் வருவதைக் கார்காலம் தொடங்கியதற்கான அறிகுறியாகக் கூறுகிறது. இந்த உவமையையும் இதன் வரலாற்றுப் பொருள் நுணுக்கத்தையும் பிற்காலத்தில் இது உருவகமாக மாறிய உண்மையையும் இவற்றின் வழியே நாம் பெறுகிறோம்.

குடுமிக்கொக்கு

கொக்குகள் பற்றிப் பல சங்க இலக்கியங்களில் குறிப்பிடப் பட்டிருக்கின்றன. கொக்குகளைப் பல பாடல்களில் உவமைகளாகப் பயன்படுத்தியிருக்கின்றனர். குறிப்பாக, கொக்குகள் பற்றிக் கூறும் சங்ககால இலக்கியங்கள் எப்படிச் சங்ககால வரலாற்றை நமக்கு அறிய வழிவகுக்கின்றன என்பதையும் பின்வரும் பாடல்களினின்று அறியமுடிகிறது.

குடுமிக் கொக்கின் பைங்காற் பேடை
இருஞ்சேற்று அள்ளல்நாட்புலம் போகிய
கொழுமீன் வல்சிப் புன்தலைச் சிறாஅர்... (அகம் 290)

என்று வருகிற அகநானூற்றுப் பாடலிலிருந்து அக்கொக்குகள் வயலில் மீன் பிடிக்க வந்திருக்கின்றன என்பதையும் அவற்றின் அழகான கால்கள் உவமைக்குப் பயன்படுத்தப்பட்டிருக்கின்றன என்பதையும் அறியமுடிகிறது. 'பெருஞ்செய் நெல்லின்கொக்குஉகிர் நிமிரல்,' (புறம் 395) என்னும் புறநானூற்றுப் பாடலிலிருந்து கொக்குகள் நெல்வயல்களில் நெற்களை உதிரவைத்து இடையூற்றை ஏற்படுத்தியிருக்கின்றன என்பது தெரிகிறது. அக்காலங்களில் இந்தக் கொக்குகள் நெல்வயலில் மீன் பிடிக்கக் கூட்டம் கூட்டமாக வந்து இறங்கும்போது அவை முதிர்ந்து வளர்ந்த நெல் கொத்துகளைத் தங்கள் கால்களால் தட்டி ஒடித்துக் கீழே விழச் செய்கின்றனவாம். அறுவடைக்கு முன்னரே உதிர்ந்த

3 "சொல்லின் நடுவில் இரண்டு உயிர்களுக்கிடையே யகர மெய் (–ய்) சங்க காலத்தில் காணப்பட தொல்திராவிடத்திலும் இடைக்காலத்திலும் இன்றைய பேச்சு வழக்கிலும் சகர மெய் (–ச்) வழங்குவதால், சங்க காலத்திலும் பேச்சு வழக்கில் –ச்– என்பது வழங்கியிருக்கவேண்டும். எனவே, சங்க இலக்கிய மொழியில் பேச்சுவழக்கில் யகரமும் சகரமும் என இரண்டுவகை வழக்குகள் இருந்தனவாகக் கொள்ள வேண்டும்." (சண்முகம், 1989:200).

அந்த நெற்கதிர்களைச் சேகரிக்கவே இளம் சிறார்கள் நெல் வயல்களுக்குச் செல்வார்களாம். இதையே மேற்கூறிய புறநானூறு, அகநானூற்றுப் பாடல்களிலிருந்து நாம் அறியமுடிகிறது. இந்த வகையில் இப்பாடலும் இது போன்ற பல சங்கப் பாடல்களும் அக்காலத் தமிழர் வாழ்வை அறிந்துகொள்ள உதவும் வரலாற்று ஆவணங்கள் என்று கூறினால் அது மிகையாகாது. இவ்வகையில் இன்னமும் கொக்குகள் நெல்வயல்களில் கூட்டம் கூட்டமாக வருவதைச் சங்ககால நிகழ்வோடு இணைத்து அறியவே தோன்றுகிறது.

கள்ளுடைப் பெருஞ்சோறு

சங்ககாலப் பாடல்களில் கொடுக்கப்பட்டிருக்கும் வரலாற்று முக்கியத்துவம் வாய்ந்த செய்திகளால் நாம் நமது தமிழ்ச் சமூகத்தைப் பற்றியும் அக்கால வாழ்வுமுறையோடன்றி அவற்றோடு நமக்கிருக்கும் தொடர்பு பற்றியும் தெரிந்துகொள்ளமுடிகிறது. '... அரிமண வாயில் உறத்தூர் ஆங்கட் கள்ளுடைப் பெருஞ்சோற் றெவ்விமிழ் அன்ன,' (அகம் 266) என வரும் அகநானூற்றுப் பாடலிலிருந்து மன்னன் அரிமணவாயில் உறத்தூர் என்னும் இடத்தில் கள்ளோடு சேர்த்து உணவு படைத்ததனால் ஏற்பட்ட ஆரவாரம் போல என்று சொல்லப்படுகிறது. அக்காலத்தில் விருந்துக்குக் கள்ளையும் சோற்றையும் படைத்திருக்கிறார்கள்! அது ஆரவாரத்தைக் கொடுப்பதாக இருந்திருக்கிறது என அறியும்போது இக்காலத்தில் பழரசத்தோடு உண்ணும் விருந்து முறையோடு இதை ஒப்பிடாமல் இருக்கமுடியவில்லை. போதையும் உணவும் மனித வாழ்வில் இரண்டாயிரம் ஆண்டுக் காலமாகவே இரண்டறக் கலந்துள்ளன என்று சங்க நூலிலிருந்து அறியும்போது அதைப்பற்றிக் கள்ளின்றியே களிப்படைய வேண்டியிருக்கிறது. "கள்ளில்லா மூதூர் களிகட்கு நன்கின்னா," எனும் இன்னா நாற்பது (9) பாடல் 'கள்' இல்லாத மூதூர் களிப்பு பெறுவதற்கு ஏதுவாக இருக்காது எனக் கூறுகிறது. "கள்ளுண்பான் கூறுங் கருமப் பொருளின்னா," எனும் இன்னா நாற்பது (33) பாடல் கள்ளுண்பவர்களின் சொற்களில் உண்மைப் பொருள் இருக்காது, அது இன்னாததாகும் எனக் கூறுகிறது. களவழி நாற்பது (7) கூறும் பத்துப் பொய்யான கூற்றுகளில் ஒரு கூற்றாக, "கள்ளுண்போன் சோர்வுஇன்மை பொய்," எனக் கூறுகிறது. கள்ளுண்பவர்களுக்குச் சோர்வு இருக்காது என்று கூறுவது பொய்யாகும் என வருகிறது இவ்வடி.

'ஏற்றுக உலையே! ஆக்குக சோறே! கள்ளும் குறை படல் ஓம்புக...' (புறம் 172) என வரும் புறநானூற்றுப் பாடலும் இன்னும் 'கள்' பற்றி வரும் பல பாடல்களும் இச்செய்தியை உறுதி செய்வன.

இத்தகையச் செய்திகள் மூலம் இரண்டாயிரம் ஆண்டுகளுக்கு முன்னர் வாழ்ந்த நம் தமிழரின் வாழ்வோடு இக்கால நம் வாழ்வும் ஒரு தொடர்ச்சியாகவே இன்னமும் இருந்து வருகிறது என எண்ணாமல் இருக்கமுடியவில்லை. "களிமலி கள்ளின் நல்தேர் அவியன் . . ." (அகம் 271:12) எனும் அகநானூற்றுப் பாடலில் "களிப்பு மலிந்துள்ள கள்ளைப் பருகிய நல் தேர் அவியன்," எனும் பொருளை அறிகிறோம். மேலும், "வினைவல் அம்பின் விழுத்தொடை மறவர்தேம்பிழி நறுங்கள் மகிழின் . . ." (அகம் 105:13) எனும் பாடலில் தேனிலிருந்து பிழிந்த இனிமையான கள்ளை, போரில் அம்புபாய்ந்து விழுப்புண் கொண்ட வீரர்கள் அருந்தி மகிழ்தல் பற்றிய செய்தியை அறிகிறோம். "நுங்கின் கள்ளின் நுகர்வார் அருந்து மகிழ்புஇயங்கு நடையொடு . . .," (அகம். 256) எனும் அகநானூற்றுப் பாடலில் பனங்கள்ளை உண்டவர்களின் மகிழ்ச்சியோடு நடக்கும் நடை பற்றிய செய்தி வருகிறது. பின் வரும் புறநானூற்றுப் பாடலிலும் அரசனும் பாணர்களும் கள்ளுண்டு உறங்கும் செய்தியைக் காண்கிறோம்.

கள்ளின் வாழ்த்திக் கள்ளின் வாழ்த்திக்
காட்டொடு மிடைந்த சீயா முன்றில்
நாட்செருக்கனந்தர்த் துஞ்சு வோனே
அவனெம் மிறைவன் யாமவன் பாணர்
நெருநை வந்த விருந்திற்கு மற்றுத்தன்
இரும்புடைப் பழவாள் வைத்தன னின்றிக்
கருங்கோட்டுச் சீறியாழ் பணையமிதுகொண்
டீவதிலாள னென்னாது நீயும்
வள்ளி மருங்குல் வயங்கிழை யணியக்
கள்ளுடைக் கலத்தேம் யாமகிழ் தூங்கச்
சென்றுவாய் சிவந்துமேல் வருக
சிறுகண் யானை வேந்துவிழுமுறவே. (புறம். 316)

"கள் பருகிச் செடிகொடிகள் சூழ்ந்த முற்றத்தில் நாளின் களைப்பாலும் துயராலும் அயர்ந்து தூங்குவோன்தான் எங்களது இறைவனாக இருக்கிறான். நாங்கள் அவனது பாணர்களாவோம்," எனும் அடிகளிலிருந்தும் நாங்கள் கள்ளுடைக் கலத்தால் மகிழ்ந்து தூங்குவோம் எனும் அடிகளிலிருந்தும் புறநானூற்றுக் காலத்தில் கள் பருகி அயர்ச்சியைப் போக்கிக்கொண்ட வழக்கத்தை அறிகிறோம். இப்பண்பாடு தமிழ்ப்பண்பாடு. இப்பண்பாடினின்று வேறுபட்டது பக்திவழிப் பண்பாடு. கள்ளுண்பதும் களிப்படைவதும் பக்தி இலக்கியங்களின் பண்பாடல்ல. இங்குத் தமிழ்ச் சமூகத்தின் இருவேறு வழியைத் தெள்ளத் தெளிவாகக் காண்கிறோம். இவ்விரு பண்பாடுகளுக்கிடையே கொடுக்கல்வாங்கல் முறை இன்னும் இருக்கிறதா என்பதை எண்ணிப்பார்க்கவேண்டிய நிலையில் இருக்கிறோம்.

சங்க இலக்கியங்களில் 'குடிகள்'

பண்டைத் தமிழகத்தில் குடிகள் பற்றி அறிய சங்கப் பாடல்கள் பலவற்றைக் கூர்ந்துநோக்கவேண்டியது தேவையாகிறது. குறிப்பாகப் பின்வரும் புறநானூற்றுப் பாடல் சங்ககாலத்தில் குடிகள் பற்றிய செய்தியைச் சற்றுக் குறிப்பாக நமக்கு அளிக்கிறது.

அடலருந் துப்பின் .. ..
குரவே தளவே குருந்தே முல்லையென்
றிந்நான் கல்லது பூவுமில்லை
கருங்கால் வரகேயிருங்கதிர்த் தினையே
சிறுகொடிக் கொள்ளே பொறிகிள ரவரையொ
டிந்நான் கல்லதுணாவுமில்லை
துடியன் பாணன் பறையன் கடம்பனென்
றிந்நான் கல்லது குடியுமில்லை
ஒன்னாத் தெவ்வர் முன்னின்று விலங்கி
ஒளிறேந்து மருப்பிற் களிறெறிந்து வீழ்ந்தெனக்
கல்லே பரவி னல்லது
நெல்லுகுத்துப் பரவுங்கடவுளுமிலவே. (புறம். 335)

இப்பாடல் குறிப்பாக நான்கு குடிகளே மற்றக் குடிகளைவிடச் சிறந்த குடிகள் என்று கூறும்போது மற்றக் குடிகள் யாவை, அவற்றை விட இந்த நான்கு குடிகள் ஏன் சிறப்புற்றன எனும் கேள்விகள் எழுகின்றன. இப்பாடல் துடியன், பாணன், பறையன், கடம்பன் ஆகிய நான்கு குடிகள் மட்டுமே சிறந்த குடிகள் என்று கூறுகிறது. இந்நான்கு சொற்களும் முறையே வேல் பாய்ச்சுபவனாகத் துடியனையும் (காண்க. துடியன் கையது வேலே... புறம். 285), யாழ் வாசிப்பவனாகப் பாணனையும் (காண்க: பெரிதுபுலம் பினனே சீறியாழ்ப் பாணன்... ஐங்குறுநூறு 48), பறையடிப்பவனாகப் பறையனையும், மரவேலை செய்பவனாகக் கடம்பனையும் (காண்க: மால்கடல் ஓட்டிக் கடம்பு அறுத்து இயற்றியபண்ணமை முரசின் கண் அதிர்ந்தன்ன... அகம். 347) குறித்து அவரவர்களின் தொழிலையே குறிப்பிடுவதாக வருகின்றன. 'கடம்பு' எனும் ஒருவகைத் தேக்கில்தான் முரசு செய்யப்படுகிறது. இவ்வகையில் நீரில் வளரும் தேக்குமரங்களை அறுத்து வருவதையே கடம்பர்கள் தொழிலாகக் கொண்டிருக்கலாம். "...முந்நீர் ஓட்டிக் கடம்புஅறுத்து ..." என வரும் அகநானூற்றுப் பாடல் 127உம் இக்கருத்தை வலியுறுத்துகிறது.

தமிழ்ச்சமூகத்தில் இன்றும் பணியின் அடிப்படையிலேயே குடிகளையும் அவரவர்களின் சாதியையும் பிரிவுபடுத்துகின்றனர். "வேல்வடித்துக் கொடுத்தல் கொல்லற்குக் கடனே," (புறம். 312) என வரும் புறநானூற்றுப் பாடலில் வேல்வடித்தல் கொல்லர்களின் கடனாகக் குறிப்பிடப்பட்டிருப்பதிலிருந்து

பணிகளுக்கும் குடிகளுக்கும் உள்ள தொடர்பைத் தெளிவாக அறியமுடிகிறது. மேலும் "கட்டில் நிணக்கும் இழிசினன்" (புறம். 82), "வரிபுனை வில்லன்" (அகம். 48), "பிரியாக் கவிகைப் புலையன்றன் யாழின்இகுத்த . . ." (கலி. 95:10) என மற்ற பாடல்களில் வரும் பண்புப்பெயர்கள் பற்றிய சொற்களையும் அவை கூறும் தொழில்களையும் கூர்ந்து நோக்கவேண்டியிருக்கிறது. இழிசினன், புலையன், வில்லன் என வரும் சொற்களுக்கும் குடிகளுக்கும் என்ன தொடர்பு? இச்சொற்களை எந்த ஒரு குடியுடனும் தொடர்புபடுத்தும்போது 'கீழ்க்குடி', 'மேல்குடி' எனக் குடிகளைச் சங்ககாலத்தில் பிரித்தறிந்துள்ளனரா எனவும் வினவுவோர் இருப்பர். துடி எறிபவர்களைத் துடியன் என்று கூறாமல் புலையன் எனவும் எறிகோல் கொள்பவர்களை இழிசினர்கள் எனவும் கூறும் பின்வரும் புறநானூற்றுப் பாடலும் இக்கருத்தையே வலிவுறுத்துவதாக இருக்கிறது.

> துடி எறியும் புலைய
> எறிகோல் கொள்ளும் இழிசின
> கால மாரியின் அம்பு தைப்பினும்
> வயல் கெண்டையின் வேல் பிறழினும்
> பொலம்புனை ஓடை அண்ணல் யானை
> இலங்குவாள் மருப்பின் நுதிமடுத்து ஊன்றினும்
> ஓடல் செல்லாப் பீடுடை யாளர்
> நெடுநீர்ப் பொய்கைப் பிறழிய வாளை
> நெல்லுடை நெடுநகர்க் கூட்டுமுதல் புரளும்
> தண்ணடை பெறுதல் யாவது படினே
> மாசில் மகளிர் மன்றல் நன்றும்
> உயர்நிலை உலகத்து நுகர்ப அதனால்
> வம்ப வேந்தன் தானை
> இம்பர் நின்றும் காண்டிரோ வரவே! (புறம். 287)

சங்ககாலத்திலிருந்தே மக்களை இனமறிந்திருக்கின்றனர்,' தொழில்வழி அவர்கள் பிறித்தறியப்பட்டனர் எனவும் மேற்கண்ட பாடல்களிலிருந்து அறிகிறோம். ஒவ்வொரு குடியினருக்கும் கொள்கை ஒன்று இருந்தது என்பதையும் அவற்றைக் கடைப்பிடிப்பதில் அவர்கள் மிகவும் கவனம் செலுத்தினர் என்பதையும் 'குடிப்பிறப்பு' எனும் அதிகாரத்தில் வரும் நாலடியார் பாடலிலிருந்து அறிகிறோம்.

> உடுக்கை உலறி உடம்பழிந்தக் கண்ணும்
> குடிப்பிறப் பாளர்தம் கொள்கையில் குன்றார்
> இடுக்கண் தலைவந்தக் கண்ணும் அரிமா
> கொடிப்புல் கறிக்குமோ மற்று. (நாலடி. 141)

உடம்பிலிருந்து ஆடை இழந்தபோதும் குடிப்பிறப்பாளர்கள் தங்கள் கொள்கையிலிருந்து பிறழமாட்டார்கள். இது கடுமையான இடுக்கண் வந்த போதும் சிங்கம் புல் புசிக்காது என்பது

போன்றதாகும். இக்கருத்தையே குறுந்தொகையில் தோழி கூறுவதாக வரும் வெள்ளிவீதியார் பாடலிலும் காண்கிறோம்.

நிலந்தொட்டுப் புகாஅர் வானம் ஏறார்
விலங்கிரு முந்நீர் காலிற் செல்லார்
நாட்டின் நாட்டின் ஊரின் ஊரின்
குடிமுறை குடிமுறை தேரிற்
கெடுநரும் உளரோநம் காதலோரே.

– வெள்ளிவீதியார். (குறு. 130)

'செய்கிற தொழிலே தெய்வம்' என இன்றும் அறியும் தொடரைக் 'குடிபிறப்பாளர் கொள்கை', 'குடிமுறை' போன்ற சங்ககாலக் கருத்துகளோடு இணைத்து நோக்கலாம். குடிகள் பிரித்தறியப் பட்டனர் எனவும் அவர்களுக்குக் கொள்கைகள் இருந்ததெனவும் அக்கொள்கைகளினின்று பிறழாமல் இருக்க அவர்கள் மிகவும் கவனமாக இருந்தனர் எனவும் அறிய சங்கப்பாடல்களில் பல இடங்களில் சான்றுகள் இருப்பதைக் காணமுடிகிறது. இந்தப் பண்பையும் போர்க்காலங்களில் வீரமரணம் எய்துவதையும் பண்டைத் தமிழர் பெருமையாகவே கொண்டுள்ளனர் எனப் பல சங்கப்பாடல்களிலிருந்து அறிகிறோம். எடுத்துக்காட்டாகப் பின்வரும் புறநானூறு பாடல் இக்கருத்தை வலியுறுத்துகிறது.

மீன் உண் கொக்கின் தூவி அன்ன
வால் நரைக்கூந்தல்முதியோள் சிறுவன்
களிறு எறிந்து பட்டனன்என்னும்உவகை
ஈன்ற ஞான்றினும் பெரிதே (புறம். 277:1–4)

'மீனை உண்ணும் கொக்கின் மூக்கைப் போன்று நீண்டுள்ள நரை முடியை உடைய முதியவள் தன்னுடைய மகன் போர்க்களத்தில் யானையால் தூக்கி எறியப்பட்டு இறந்துவிட்டான் என்று அறியும்போது ஏற்பட்ட மகிழ்ச்சியானது அவனைப் பெற்றபோது ஏற்பட்ட மகிழ்ச்சியிலும் பெரிய மகிழ்ச்சியாக இருக்கும்'.

'ஆயர் மகளிர்' பற்றிச் சங்கப் பாடல்களில் பரவலாகக் குறிப்பிடப்பட்டுள்ளன. இவர்களை 'ஆய்ச்சியர்' எனவும் குறிப்பிட்டுள்ளனர். 'ஆயர்குலம்' பற்றிப் பக்திக் காலத்திலும் 'இடையர்கள்' என இக்காலத்திலும் தொடர்ந்து அறிந்துவருவதும் நோக்கத்தக்கது. இக்குலத்தினரின் குறிப்பான பண்பாக 'ஏறுதழுவுதல்' என்னும் காளையை அடக்கும் முறையை அறிகிறோம்.

ஆங்கு போரேற் றருந்தலை அஞ்சலும் ஆய்ச்சியர்
காரிகைத் தோள்கா முறுதலும் இவ்விரண்டும்
ஓராங்குச் சேறல் இலவோவெங் கேளே; (கலி. 106: 40–43)

'காளையோடு போரில் ஈடுபடுவதை அஞ்சுவதும் ஆயர் மகளின் தோளைப் பற்றி இன்புறுதலும் ஒன்றுக்கொன்று முரணானதாகும். இவை இரண்டும் இங்குச் சேருதல் இல்லை என்பதைக் கேளுங்கள்.'

"குடிப்பிறப் பாளர்தம் கொள்கையில் குன்றார்," என்னும் நாலடியார் கூறும் கருத்து இந்தக் கலித்தொகைப் பாடல்வழி, காளையை எதிர்கொள்ளாமல் அஞ்சுபவர்களால் தங்கள் இனப் பெண்களின் தோளை அடையமுடியாது என்னும் கருத்துக்கு இயைந்து ஆயர்குடியைப் பிரித்தறிய வழிவகுக்கிறது. (இக்கருத்து குறித்து மூன்றாவது இயலில் மேலும் விளக்கப்பட்டுள்ளது.)

குடி, சாதி என மக்களைப் பிரித்தறியும்போது கீழ்க்குடி, மேற்குடி எனவும் பிரித்தறியும் மனப்பான்மை சங்ககாலத்தில் இருந்ததா? இக்கருத்தில் பின் வரும் கலித்தொகைப் பாடலை நோக்குவோம்:

பொறை தளர் கொம்பின் மேல் சிதர் இனம் இறைகொள
நிறை தளராதவர் தீமை மறைப்பென்மன்; மறைப்பவும்,
முறை தளர்ந்த மன்னவன் கீழ்க் குடி போலக் கலங்குபு,
பொறை தளர்பு பனி வாரும் கண் ஆயின், எவன் செய்கோ?

முறை தளர்ந்த மன்னவன் கீழ்க்குடி போலக் கலங்குவான் எனும் கருத்தை நாம் குறுந்தொகையில் மற்ற இடங்களில் வரும் குடி பற்றிய செய்திகளோடு ஒப்பிடத்தக்கது. சிறுகுடியினரின் தன்மைகளைப் பல கலித்தொகைப் பாடல்கள் கூறுகின்றன.

சிறுகுடியீரே! சிறுகுடியீரே! –
வள்ளி கீழ் வீழா வரை மிசைத் தேன் தொடா; (கலி. 39:11)

வானின்று வெண்மீன்கள் தரையில் விழாது, மலையின் உச்சி வரை தேனீக்கள் செல்லாது எனும் பொதுப்பொருட்களைச் சிறுகுடியினராகிய நீங்கள் அறியவில்லையா என வருகிறது இப்பாடல். "இந்தச் சிறிய செய்தியைக்கூட அறியவில்லையே நீங்கள்!" எனக் கூறுவதால் இதைச் 'சிறுகுடியினர்' எனும் ஒருவகைக் குடியினரை மட்டும் தனித்துக் குறிக்கிறது எனக் கொள்ளலாகாது. கலித்தொகைப் பாடல் 52இல் "மணம் கமழ் நாற்றத்தை மலை நின்று பலி பெறூஉம் அணங்கு என அஞ்சுவர், சிறுகுடியோரே." சிறுகுடியோரின் தன்மையாக மணம் கமழ் நாற்றத்தை மலையினின்று வரும் இறந்த உடல்களின் நாற்றம் என அஞ்சுவதாகக் குறிப்பிடுகிறது இப்பாடல். இத்தகையக் குணங்களைக் கொண்டோரெல்லாம் சிறுகுடியினர் எனக் கருதப்படுவார்களா அல்லது சிறுகுடியினர் எனும் வகையினர் எப்பொழுதும் இவ்வாறு எண்ணுவர் எனக் கொள்வதா? இருப்பினும்,

அலவனொடு பெயரும்புலவுத் திரை நளி கடல்
பெரு மீன் கொள்ளும் சிறுகுடிப் பரதவர் (நற்றி. 219)

எனும் பாடலில் குறிக்கப்பட்டுள்ள 'சிறுகுடிப் பரதவர்' என்ற கருத்திலிருந்து சில குடிகளைச் சங்ககாலத்தில் 'சிறுகுடி' எனப் பிரித்தறிந்தனரா எனவும் ஆய்ந்தறியவேண்டும். நெய்தல் நிலத்தில் கடலில் மீன் பிடித்து வாழும் பரதவ இனத்தைச் 'சிறுகுடி' எனக் குறிப்பிடுவது. 'சிறுமையான குடிகள்' எனும் கருத்தில் அல்லாது 'சிறிய அளவில் உள்ள குடியினர்' என்பதாகக் கருத அவர்களைக் குறிப்பிட்டிருக்கலாம்.

மேற்கூறிய சங்கப் பாடல்களின் வழிப் பண்டைத் தமிழகம், வெவ்வேறு குடிகளைக் கொண்ட ஏற்றத்தாழ்வற்றத் தொழில்வழிப் பிரித்தறியப்பட்ட சமூகம் என அறியலாம். குறிப்பாக அவர்கள் தங்களின் குடிவழி மரபுக்குட்பட்ட செயல்களைக் கடைப்பிடிப்பதில் மிகவும் உறுதியாக இருந்து வந்துள்ளனர்; அவர்களிடையே எந்த ஓர் ஏற்றத்தாழ்வும் இருந்ததாகக் குறிப்பிடுவதற்கு வாய்ப்பில்லை. 'சிறுகுடி' எனும் கருத்து தங்களின் கடமையைச் செய்யத் தவறியவர்கள் எனவும் சிறிய அளவில் உள்ள குடியினர் எனவும் கொள்ளவேண்டுமே தவிர, எந்த ஒரு குடியையும் தாழ்வுற்றக் குடியாகப் பண்டைத் தமிழர் கருதினர் எனக் கொள்ளமுடியாது. ஒருவர் செய்யும் தொழில்வழி வேண்டுமானால் ஒருவரை, இழிசினன், கீழ்க்குடியினன் என்று குறிப்பிட்டிருக்கலாம். அதனால் இனங்களையே ஒட்டுமொத்தமாக மேல்குடியினர், கீழ்க்குடியினர் என்று சங்ககாலத்தினர் பிரித்தறிந்தனர் என்று கூறுதல் இயலாது.

நீர்வழிப் படூஉம் புணை

நீரின் வேகமான ஓட்டத்தில் மிதந்து செல்லும் தெப்பத்தைப் போல நம் உயிரும் இவ்வாழ்வெனும் அலையாகிய சிக்கலிலும் துயரிலும் அல்லலுற்று முடிவில் ஒரு முறையான வழியைப் பெறும் என்பதை, "நீர்வழிப் படூஉம் புணை போல ஆருயிர் முறைவழிப் படூஉம்," (புறம். 192) என்கிறார் கணியன் பூங்குன்றனார். இவ்வுவமையைச் சங்ககாலப் புலவர்கள் கையாண்டிருப்பதைக் காணலாம். நெடிய நீரில் புணை இல்லாமல் நீந்துதல் கூடாது என்பதை, "நெடுநீர் புணையின்றி நீந்துதல் இன்னா," என்கிறது இன்னா நாற்பது (3). "புனற்புணையன்ன சாயிறைப் பணைத்தோள்," என வெள்ளத்தின் கொடுமையையும் தாங்கும் புனையப்பட்ட தெப்பத்தைப் போன்றது வீரனின் தோள்வலிமை எனக் கூறுகிறது குறுந்தொகை (168). ஓடும் நீரின் போக்கையும் வெல்லும் தெப்பத்தைப் போன்று, தொடர்ந்து விடும் கணையிலும் வெல்லும் தகுதியை, "விடு கணை நீத்தம் துடி புணையாக

வென்றி தந்து," (புறம் 260) என்கிறார் வடமோதங்கிழார். சங்க காலத்தோடு இவ்வுவமை நில்லாது இடைக்கால இலக்கியங்களிலும் இது வந்துள்ளது. "பாதமலர் எழுபிறவிக் கடல் நீந்தும் புணை என்பர்," என்னும் அடியைக் காண்கிறோம் திருவிளையாடல் புராணத்தில். 'புணை' என்னும் சொல் இன்று வழக்கிழந்துள்ளமையை நோக்கும்போது புணைகளைப் பிணைந்து செய்யும் பழக்கம் பிற்காலத்தில் இல்லாததால் இருந்திருக்கலாம். 'கட்டுமரம்' என்னும் சொல்லுக்கு ஈடான 'புணை' எனும் சொல் வழக்கிழப்பதற்கு பொருளின் பயன்பாடின்மையே காரணம். சங்ககாலத்திலிருந்தே புணை கொண்டு நீர் வழிப் பயணம் செய்துள்ளனர் என்னும் உண்மையை இப்பாடல்களினால் அறிகிறோம். நீர்வழிப்பயணம் அவர்களுக்குப் போர், வணிகம் என்று எவ்வகையிலெல்லாம் பயன்பட்டு வந்தது என்பதையும் அலசிப்பார்க்கவேண்டியிருக்கிறது. கலம் என்னும் சொல்லும் புணை என்னும் சொல்லுக்கு ஈடாகச் சங்கப் பாடல்களில் உள்ளன. "நளி கடல் இருங் குட்டத்து வளி புடைத்த கலம் போலக், களிறு சென்று களன் அகற்றவும்..." (புறம். 26) என்ற புறநானூற்றுப் பாடலில் ஆழ்ந்த கடலில் (நளி கடல் இருங் குட்டத்து) காற்றினால் தாக்கப்பட்ட (வளி புடைத்த) கலம் போல (கப்பல் போல) என வரும் அடியும், 'நீர் வழிப் படூஉம் புணை' எனும் பொருளைத் தருவதாகவே இருக்கிறது. இருப்பினும் புணை, கலம் எனும் இச்சொற்களுக்குரிய சரியான பொருளை அறிய வேண்டியது அவசியம். புணை எனும் சொல் கட்டு மரம் எனும் சொல்லைக் குறிப்பதாகக் கொள்ளலாம். கலம் எனும் சொல்லைக் கடலில் அக்காலத்தில் பயன்படுத்திய காற்று மரக் கப்பல் எனும் சொல்லைக் குறிப்பதாகவே கொள்ளத் தோன்றுகிறது.

கால மாற்றங்கள், புதுப் புது நிகழ்வுகள், புதுப் புது வரவினர், புதுப் புதுப் பழக்கவழக்கங்கள் மொழியின் சரித்திரத்தை மட்டுமல்லாது தமிழர்களின் பண்பாட்டுச் சரித்திரத்தையும் மாற்றியுள்ளன.

> அற்றைத் திங்கள்அவ் வெண் நிலவில்,
> எந்தையும் உடையேம்; எம் குன்றும் பிறர் கொளார்;
> இற்றைத் திங்கள்இவ் வெண்நிலவில்,
> வென்று எறி முரசின் வேந்தர் எம்
> குன்றும் கொண்டார்; யாம்எந்தையும் இலமே! (புறம். 112)

எனப் பாடும் பாரி மகளிரின் புறநானூற்றுப் பாடல் அரசியல் மாற்றத்தின் தாக்கத்தை விளக்குகிறது. சென்ற முழுநிலவின் போது எம் தந்தை இருந்தார், எங்களுடைய குன்றும் நாடும் எங்களுக்கு உரிமையாக இருந்தன. ஆனால் இன்றைய முழுநிலவு

நாளன்று எங்களுடைய குன்றும் நாடும் எங்கள் பகைவர்கள் எங்களிடமிருந்து பறித்துக்கொண்டனரே எனக் கூறுகிறது இப்பாடல். இவ்வகையில் தமிழர் மரபின் வரலாற்றை அறியும் வழிகள் இருக்கின்றன. சங்ககால அரசர்களிடையேயான பகைமைக் குணத்தையும் அவர்கள் எவ்வாறு தங்களுக்கிடையே அடிக்கடி போரிட்டுப் பிறரின் நிலங்களைப் பறித்துக் கொள்வது இயல்பான நிகழ்வாயிற்று என்பதையும் இவை உணர்த்துகின்றன. இவற்றை முறையாகத் திறனாய்வு செய்து வரலாற்று உண்மைகளை பலவற்றை வெளிக்கொணர்வதே தமிழர்கள் வாழ்வையும் வரலாற்றையும் அறிந்துகொள்ளும் உத்தியாகும்.

அன்வயப்படுத்தலும் உவமைகள் உவமேயங்களும்

பெரும்பாலான பாடல்களில் உவமை எது, உவமேயம் எது என்பதை உவமை விகுதிகளாகிய 'அன்ன', 'போல' போன்ற விகுதிகளிலிருந்து அறியலாம். ஆனால் பல பாடல்களில் இவ்வகையில் உவமையைத் தருவதில் புலவர்கள் தனிப்பட்ட உத்தியைப் பயன்படுத்தியுள்ளனர். அவ்வுத்தியைப் புரிந்து கொண்டால் பாடலின் பொருளைப் புரிந்துகொள்வது எளிதாகும்.

கொலைமேற்கொண் டாரிற் கொடிதே அலைமேற்கொண்டு
அல்லவை செய்தொழுகும் வேந்து   (குறள். 551)

இக்குறளில் இரு செயல்கள் ஒப்பிடப்படுகின்றன. 'கொலைத் தொழிலையே செய்துகொண்டிருப்பவர்கள்' எனும் ஒரு செயலையும் 'தொடர்ச்சியாக தவறுகளைச் செய்து வரும் வேந்தன்' எனும் அடுத்த செயலையும் ஒப்பிடுகிறது இக்குறள். 'கொண்டாரிற்' எனும் சொல்லில் வரும் 'இன்' எனும் ஒப்பு விகுதியே இக்குறளின் சரியான பொருளை அறிய உதவுவதாக இருக்கும். "தொடர்ந்து கொலைத்தொழிலை மேற்கொண்டிருப்பவர்களைக்காட்டிலும் கொடிதானது அலைபோல தொடர்ந்து தவறான செயல்களைச் செய்துவரும் வேந்தனின் செயல்," என வருகிறது இக்குறள். மேலும் சில குறள்களில் உவமையை முதலில் கொடுத்துவிட்டு அதன் தொடர்ச்சியாக எந்தவித உவமை உருபுகளும் இல்லாமல் உவமேயமும் கொடுக்கப்படுகிறது. இவை எடுத்துக்காட்டு உவமை அணி என்று அழைக்கப்படும்.

தொட்டனைத் தூறும் மணற்கேணி மாந்தர்க்குக்
கற்றனைத் தூறும் அறிவு   (குறள். 396)

இக்குறளில், "மணல் கேணியைத் தோண்டத்தோண்ட நீர் வரும்," என்பது உவமை. இதை முதலில் கொடுத்து அதன் தொடர்ச்சியாக 'மேலும் மேலும் கற்க அறிவு பெருகும்,' எனும் உவமேயத்தைக் கொடுப்பதன் மூலம் முன்னது பின்னதற்கு உவமை என

அறியப்படுகிறது. பெரும்பாலான குறள்களில் திருவள்ளுவர் இவ்வுத்தியையே பயன்படுத்துகிறார். (மேலும் காண்க: குறள் 1, 153, 452 முதலியன). சில குறள்களில் இதற்கு மாறாக உவமேயத்தை முன்னர்க் கொடுத்துப் பின்னர் உவமையைக் கொடுக்கிறார்.

கொலையிற் கொடியாரை வேந்தொறுத்தல் பைங்கூழ்
களைகட் டதனொடு நேர்.   (குறள். 550)

"மன்னன் கொலைத்தொழிலில் ஈடுபட்டிருக்கும் கொடியவர்களுக்குத் தண்டனை கொடுத்து நாட்டின் சிறப்பைத் தக்கவைத்துக் கொள்வது, நல்ல சுவைகொண்ட கூழின் மேல் படிந்திருக்கும் ஆடையை நீக்கிக் கூழின் சுவையைத் தக்கவைத்துக்கொள்வதற்கு நேராகும்," என வருகிறது இக்குறளின் பொருள். இங்கு 'நேர்' எனும் சொல் உவமை உருபுக்கு ஈடாகப் பயன்பட்டுள்ளது. இந்த உவமை – உவமேயம், உவமேயம் – உவமை எனும் இருவேறு வரிசைகளில் கொடுப்பதில் காரணம் எதுவும் இருக்கிறதா என்பது ஆய்வுக்குரியது. தொல்காப்பிய உவமையியலில் (11) வியப்ப, விழைய, இறப்ப ஆகிய சொற்கள் உவமை உருபுகளாகப் பயன்படுத்தப்பட்டுள்ளன.

பிணங்கு அரில் வள்ளை – மறைமுக உருவகம்

மொழி மாற்றங்கள் பலவற்றுக்குட்பட்ட தமிழ் மொழியின் சங்ககால நடையைப் புரிந்துகொண்டு அப்பாடல்களைப் படித்தறிவதற்குத் தனித்திறமை வேண்டும். அந்நடையில் பல வழக்கிழந்த சொற்கள் இருப்பதோடு பண்பாட்டு உண்மைகளும் புதைந்துவிட்ட நிலையில் இருப்பனவாக இருக்கும். கூறப்படும் பொருளைச் சீராக அறியவேண்டுமெனில் கருத்துகள் எந்த வரிசையில் கொடுக்கப்பட்டுள்ளன என அறியவேண்டியிருக்கும். புலவன் வருணிக்கும் சில காட்சிகள் மறைமுகமாகத் தலைவனுக்கோ தலைவிக்கோ உருவகமாகக் கூடக் கொடுக்கப்பட்டிருக்கலாம். கீழ்வரும் அகநானூற்றுப் பாடலில் (அகம். 256) தலைவன் மாயப் பேச்சுப் பேசுபவன், அவன் முறையானவன் அல்ல என்பதை அந்த ஊரில் மண்டிக்கிடக்கும் களைச் செடிகளுக்கு (பிணங்கு அரில்) ஒப்பாகக் காட்டியுள்ளது விளங்கும். இப்பாடலை அன்வயப்படுத்தி இதில் உள்ள சொற்களின் உண்மைப் பொருள்களை அறிய மற்ற பாடல்களையும் காணவேண்டியது இன்றியமையாதது. இது மருத நிலத்தை உட்கருத்தாகக் கொண்டு எழுதப்பட்ட பாடல். ஐந்திணைகளுள் ஒன்றான வயலும் வயல் சூழ்ந்த இடமும் இதன் திணையாகும். மேலும் இப்பாடல் மாலைப்பொழுதின் சிறப்பை அறிவுறுத்துவதாக இருப்பதிலிருந்து மாலைமருதம் எனும் சிறப்புத் திணையையும் கொள்கிறது.

பிணங்குஅரில் வள்ளை நீடுஇலைப் பொதும்பின்

'பிணங்கு அரில்' எனும் வழக்கு, "ஒன்றோடு ஒன்றாகப் பிணைந்திருக்கும் கொடிவகைகளைக் குறிப்பதாகும்". இவ்வழக்கை நற்றிணையில், "பிணங்கு அரில் வாடிய பழ விறல்..." (37) எனும் அடியிலிருந்தும், "எறிந்து செறித்தன்ன பிணங்கு அரில்..." (322) எனும் அடியிலிருந்தும் அறிகிறோம். 'வள்ளை' எனும் சொல் 'களைச்செடி' எனும் தற்காலச் சொல்லுக்கு ஈடாகச் சங்க இலக்கியங்களில் பயன்படுத்தப்பட்டிருக்கிறது. பதிற்றுப்பத்தில், "வளைக்கை மகளிர் வள்ளை கொய்யும் முடந்தை நெல்லின் விளைவயல்..." (19) எனும் அடி வருகிறது. 'வள்ளை கொய்' என்பது இன்று 'களை எடுத்தல்' என்னும் தொடருக்கு நிகராகவே வருகிறது. மேலும் வள்ளை எனும் சொல் "அரில்படு வள்ளை ஆய்கொடி மயக்கி..." (அகம். 37), "அம்தூம்பு வள்ளை மயக்கித் தாமரை . . ." (அகம் 46), "வள்ளை யகவவும் வா, இகுளைநாம் வள்ளை யகவவும் வா . . ." (கலி. 42:8), "வள்ளை நீக்கி வயமீன் முகந்து . . ." (மதுரைக் காஞ்சி) போன்ற பல பாடல்களிலும் பயன்படுத்தப்பட்டுள்ளன. இப்பாடல்களிலிருந்து எவ்வாறு பிணைந்த களைச் செடிகொடிகள் உண்மையான செடிகளை மயக்கி வளர்கின்றன எனும் பொருளை அறிகிறோம். இப்பயன்பாட்டின் அடிப்படையில் மேற்கூறப்பட்ட அடியின் பொருளாக, பிணங்கி உள்ள கொடிகளின் களைகளும் நீண்ட இலைகளைக் கொண்ட புதர்களும் அதிகமாக அந்த ஊரில் இருப்பதாகக் கொள்ள வேண்டும்.

மடிதுயில் முனைஇய வள்உகிர் யாமை

இத்தொடரில் உள்ள மடி துயில், முனைஇய, யாமை ஆகிய சொற்களின் உண்மைப்பொருளை அறிய அவை வரும் மற்ற இடங்களை ஆய்ந்தறிய வேண்டும். "கங்குல் துயில்மடிந் தன்ன தூங்கிருள் இறும்பின் பறை இசை அருவி . . ." (புறம். 126) எனும் அடியில், "அனைவரும் இரவுத் தூக்கத்தில் ஆழ்ந்த நேரத்தில் பறை ஒலியை எழுப்பும் அருவி," பற்றிக் கூறப்படுகிறது. 'முனைஇய' என்பது 'அந்தத் தருணத்தில்' எனக் கொண்டு 'வள்உகிர்' என்பதை 'உதிரும் இலைகள்' எனக் கொண்டு 'யாமை' எனும் சொல்லை 'நடுச் சாமம்,' 'நள்ளிரவு' எனக் கொண்டால் இவ்வடி, அனைவரும் ஆழ்ந்த தூக்கத்தில் ஈடுபட்ட நேரத்தில் சலசலவென இலைகள் விழும் நள்ளிரவு என்னும் பொருளைத் தருவதாகவே அறியவேண்டும்.[4]

4 வேங்கடசாமி நாட்டார் உரையில் 'யாமை' எனும் சொல்லுக்கு 'ஆமை' எனும் பொருள் வழங்கப்பட்டுள்ளது. 'மடி துயில்' எனும் சொல்லோடு இந்தச் சொல் வந்திருப்பதால் இதற்கு 'யாமம்' எனும் சொல்லையே பொருத்தமானதாகக்

கொடிவிடு கல்லிற் போகி அகன்துறைப்
பகுவாய் நிறைய நுங்கின் கள்ளின்
நுகர்வார் அருந்து மகிழ்புஇயங்கு நடையொடு
தீம்பெரும் பழனம் உழக்கி

'கொடிவிடு கல்லிற் போகி' என்பதைக் கற்கள் மேல் கொடிகள் படர்ந்த நிலையெனவும் 'அகன் துறைப் பகுவாய் நிறைய' என்ற தொடரை 'அகன்ற இடங்களை நிறைய அமைய' எனவும் கொண்டு இவ்வடிகள் இவ்வூரின் வள்ளைக் களைகள் நிரம்பிய மருத நிலத்தையே குறிக்கின்றன எனக் கருதிக்கொள்ள வேண்டும். 'கல்லில் படர்ந்த கொடிகள் நிறைந்த அகன்ற துறை," எனும் பொருளில் இவ்வடிகளை மேற்படி காட்சியினின்று இரண்டாவது காட்சியாகக் கொண்டு அடுத்த சில அடிகள் மூன்றாவது காட்சியைத் தெரிவிப்பதாகக் கொள்ள வேண்டும். "நுங்கின் கள்ளின் நுகர்வார்" என்பதைப் பனங்கள்ளைக் குடிப்போர் என்றே கொள்ளவேண்டும். "அருந்து மகிழ்பு இயங்கு நடையொடு," என்னும் அடியை, செறிந்த வயலை (பழனம்) உழுத களைப்பில் கள்ளை அருந்தி மகிழ்ச்சியாக வரும் நடையோடு வருவோர் எனவே கொள்ளலாம்.

அயலது
ஆம்பல் மெல்அடை ஒடுங்கும் ஊர!

மேலும் ஆம்பல் மலர் தன்னுடைய மென்மையான இதழ்களை (அடை) மூடுகின்ற அந்த ஊரைச் சார்ந்தவன் எனத் தலைவனை விளிக்கிறது மேற்கூறிய அடிகள். மாலைநேரச் சூழலை மையக் கருத்தாக வைத்து அந்நேரத்தில் வரும் தலைவனை விளிப்பதாக வருகிறது.

பொய்யால் அறிவென் நின் மாயம் அதுவே

தலைவனுடைய பொய்ப்பேச்சு என்பது அவனுடைய மாய வேலையை அறிவதாக இருக்கிறது. உண்மையான வேர்களின் மீது படர்ந்து மரங்களைப் பழுதடையச் செய்யும் களைச்செடிகளாகத் தலைவனை இங்குக் குறிப்பிடுவது நோக்கத்தக்கது. இது உள்ளுறை உருவகம் எனும் முக்கியமான இலக்கிய உத்தியாகும். இயற்கையில் புதைந்துள்ள மனிதப்பண்புகளை எடுத்தியம்புவது இதன் சிறப்பாகும். தலைவன் உண்மையானவன் இல்லை. அவன் தாமரைமலரின் மேல் படர்ந்து அதை மயக்கும் ஆம்பல் மலராகத்தான் இருக்கிறான் என்பதையே இப்பாடல் நமக்கு உணர்த்துகிறது. இரவுநேரங்களில் எப்படி இலைகள் கீழே விழுகின்றனவோ (வள் உகிர் யாமை) அப்படியே தலைவனும்

கருதவேண்டும். 'வள்' எனும் சொல் முதல் வரியில் 'களை' எனும் பொருளில் வந்திருப்பதால் 'வள் உகிர்' என்பதைச் சருகுகள் உதிர்வதாகவே கொள்ளவேண்டும். (காண்க: அகநானூறு உரையுடன், 1965).

தலைவியிடம் இரவுநேரத்தில் மட்டுமே வருகிற காய்ந்த சருகு எனக் குறிப்பாகக் காட்டுகின்றன இந்த அடிகள். இதைத்தான் தோழி இங்கு, 'உன்னுடைய மாயத்தை நான் அறிவேன்,' என்று கூறுகிறாள்.

கையகப் பட்டவும் அறியாய் நெருநை
மைஎழில் உண்கண் மடந்தையொடு வையை

'கையகப்பட்டது' எனும் சொல் 'கையோடு பிடிபட்டாய்' எனும் பொருளில் வந்துள்ளது. 'உனது மாயம் தெரியவந்தது. நீ நேற்று (நெருநை) மையிட்ட அழகான கண்களையுடைய பரத்தையுடன் இருந்த மாயம் தெரிந்துவிட்டது' எனத் தோழி கூறுவதாக அமைகிறது.

ஏர்தரு புதுப்புனல் உரிதினின் நுகர்ந்து,
பரத்தை ஆயம் கரப்பவும் ஒல்லாது
கவ்வை ஆகின்றால் பெரிதே காண்தக ...

'வையை நதியின் அழகான (ஏர்தரு) புது வெள்ளத்தின்போது நீ உரிமையுடன் பரத்தையோடு இன்பம் நுகர்ந்திட்ட இரகசியத்தை மறைக்க இயலாததையும் நான் அறிவேன்,' என்கிறாள் தோழி.

தொல்புகழ் நிறைந்த பல்பூங் கழனிக்
கரும்பமல் படப்பைப் பெரும்பெயர்க் கள்ளூர்த்

தலைவனின் ஊரை அவனுடைய குணத்துக்கேற்பக் களைகள் நிரம்பி இருக்கும் சூழலைக் காட்டிய புலவர் அடுத்தகட்டமாகத் தலைவியின் ஊராகிய கள்ளூரை விளக்கும்போது அது தலைவியின் குணத்தைப் போலவே சிறப்புமிக்கதாக இருக்கும் சூழலைத் தருகிறார். மிகவும் காணத்தகுந்த பெரும்புகழ் வாய்ந்தது இந்த ஊர். இவ்வூர் பலவகைப் பூக்களையும் கரும்புகள் நிறைந்த வயலையும் கொண்டது என்கிறார்.

திருநுதற் குறுமகள் அணிநலம் வவ்விய
அறனி லாளன் அறியேன் என்ற
திறன்இல் வெஞ்சூள் அறிகரி கடாஅய்
முறிஆர் பெருங்கிளை செறியப் பற்றி
நீறுதலைப் பெய்த ஞான்றை
வீறுசால் அவையத்து ஆர்ப்பினும் பெரிதே. (அகம். 256)

அழகான நெற்றியை (நுதல்) உடைய இளமையான பெண்ணின் சிறப்பை நாடிய இவன் அறன் இல்லாதவன். இவளுடைய நலன்களை அறியாத இவன் திறனில்லாத கொடிய கொம்புகளைக் கொண்ட கடா ஆடு போன்றவன். பெருங்கிளைகள் சத்தத்தோடு விழுகின்ற நிலையில் புழுதி (நீறு) நிறைய எழுந்த இடத்தில் எழும்பிய சத்தத்தின் கொடுமையிலும் பெரிது இவனுடைய பொய்க்கூற்று. இப்பாடல் மற்ற பாடல்களைப் போலவே மொழிப்பண்பு,

புலவர்களின் இலக்கிய நயம், கருத்துச்செறிவு போன்ற பல நற்பண்புகளைக் கொண்டதாய் அமைந்துள்ளது. இப்பாடலில் பயன்படுத்தப்படும் உள்ளுறை உருவகங்கள், பிணங்கரில், நீடிலை, மடிதுயில் வள்ளுகிர், திறனில் அறிகரி கடா, முறி ஆர் பெருங்கிளை போன்ற சொற்களின் நயங்கள், அவற்றின் சங்ககாலப் பயன்பாடுகள் ஆகியன இப்பாடலின் உண்மைப் பொருளை அறிய உதவுகின்றன. இச்சொற்களையும் தொடர்களையும் மற்ற சங்கப்பாடல்களில் அவை பயன்படுத்தப்பட்ட விதத்தில் அணுகும்போது சங்ககாலப் புலவர்களின் ஒருநிலைப்பட்ட எண்ண ஓட்டமும் அக்காலத்தில் நிலவி வந்த கருத்து ஓட்டமும் நமக்குத் தெரியவருகிறது. மேலும் 'பிணங்கரில்,' 'வள்ளை கொய்யும் வளைக்கை மகளிர்' போன்ற செய்திகள் வரும் பல சங்கப்பாடல்கள் மூலம் அக்காலப் பழக்கவழக்கங்களையும் அவர்களின் பண்பாட்டையும் நாம் தெளிவாக அறிய முடிகிறது.

எள்ளி நகையாடல்

மிகைப்படுத்திக்கூறுவதும் வஞ்சப்புகழ்ச்சி அணியோடு எள்ளிநகையாடுவதும் இலக்கியக்கூறுகளில் ஒன்றாக மிகவும் அதிகமான ஈர்ப்புத்திறன் கொண்டனவாக இருக்கும். இதை ஆங்கிலத்தில் satire என்றும் தமிழில் அங்கதம் என்றும் குறிப்பிடுகின்றனர். இந்த இலக்கியக்கூறின் தன்மை என்ன, இது எங்ஙனம் கையாளப்படுகிறது என்பதற்கான விளக்கங்களை மொழியியல், இலக்கியக் கோட்பாடுகளின் முறையில் அறிய வேண்டியது அவசியமாகிறது. பேச்சுத் தமிழிலும் இவ்விலக்கியப் பண்பு இருப்பதைக் காணலாம். 'அவனுக்குத் தான் பெரிய குபேரன் என்று நினைப்பு!,' 'அரிச்சந்திரன் வீட்டுக்கு அடுத்த வீட்டுக்காரனா அவன்?,' 'குப்புற விழுந்தாலும் மீசையில் மண் ஒட்டவில்லை என்பான் அவன்,' 'உங்கள் காட்டில் மழை பெய்கிறது,' போன்ற வழக்குகளில் மற்றவர்களை எள்ளிநகையாடும் தன்மை உள்ளது எனலாம். தொல்காப்பியர் அங்கதப் பாடல்களுக்கு விளக்கம் தரும்போது அவற்றில் வசையும் நசையும் இருப்பதாகக் காட்டுகிறார்.

> வசையோடும் நசையோடும் புணர்ந்தன் றாயின்
> அங்கதச் செய்யுள் என்மனார் புலவர் (தொல். 434)

திருக்குறளில் பல பாடல்களில் அங்கதப் பொருள் இருப்பதைக் காண்கிறோம்.

> கண்ணுடைய ரென்போர் கற்றோர் முகத்திரண்டு
> புண்ணுடையர் கல்லா தவர் (குறள். 393)

கல்லாதாரின் கண்கள் இரண்டு புண்கள் என உருவகப்படுத்திக் கல்லாதோரை நகைக்கிறார் திருவள்ளுவர். இங்ஙனமே

அறிவுறுத்துவோர் இல்லாத அரசன் பகைவர்கள் இல்லை யென்றாலும் கெடுவான் என்று பின்வரும் குறளில் கூறுவதும் தொல்காப்பிய நூற்பாவில் கொடுக்கப்பட்ட அங்கத இலக்கணத்துக்கு இயைந்ததே.

இடிப்பாரை இல்லாத ஏமரா மன்னன்
கெடுப்பா ரிலானும் கெடும். (குறள். 448)

இடிப்பாரை[5] என்னும் இடிக்கின்ற பாரையை அறிவுறுத்துவோராகிய அமைச்சர்களுக்கு உருவகமாகும் இது. ஏமரா மன்னன் என்பது 'ஏமரு' என்னும் சொல்லின் எதிர்மறைப் பொருளில் உலக வாழ்க்கையின் பாசங்களுக்கு அடிமைப்பட்டு விருப்பு வெறுப்புகளைத் தடுக்காத மன்னன் எனக் கொள்வது ஒரு விளக்கம்.[6] ஏமம், ஏம் என்னும் சொற்கள் 'தடுப்பு', 'அறன்' ஆகிய பொருள்களில் வந்துள்ளதைச் சங்க இலக்கியங்கள் காட்டும். இவற்றுக்கு உலகப் பாசங்கள் என உருவகப் பொருள் பட, 'மரு' என்னும் சொல் 'தடுப்பு' என்ற பொருள் பட, 'ஏம்', 'மரா' என்னும் பொருள்களில் வருகின்றன. இத்தொடரை உலகப் பாசங்களைத் தடுத்துப் பொதுவாழ்வில் ஈடுபடாத மன்னன் எனும் நேரடியான பொருளில் இடிப்பாரை என்னும் சொல் படைகளுக்கு உருவகம் ஆகும். சரியான படைகளுடன் பாதுகாப்பு இல்லாமல் இருக்கும் மன்னன் எதிரிகள் இல்லையென்றாலும் அழிக்கப்படுவான் என்ற உருவகப் பொருளில் சரியான அறிவுறுத்துவோர் இல்லாத உலக ஆசைகளுக்கு அடிமைப்பட்ட மன்னன் பகைவர் இல்லாவிட்டாலும் கெடுவான் என வருகிறது.

அகப்பாடல்களில் பெரும்பாலும் பரத்தை வீட்டுக்குச் சென்று திரும்பும் தலைவனைத் தலைவியின் தோழி எள்ளிநகையாடுவது போன்ற பாடல்கள் உள்ளன.

உடுத்தும் தொடுத்தும் பூண்டும் செரீஇயும்
தழையணி பொலிந்த ஆயமொடு துவன்றி

---

5. இக்காலத் தமிழில் 'கடப்பாரை' எனும் சொல் பயன்பட்டுவருவது குறிப்பிடத்தக்கது. பாரை *[pārai] n pārai . [K. hāre, M. pāra. Tu. pāreṅgi.] 1. Crowbar;* கடபபாரை. பாரைக்கு நெக்குவிடாப் பாறை (நல்வழி, 2. *[T. pāra.] Small hoe for cutting grass;* புற்செதுக்குங் கருவி. *(W.) 3. A kind of missile;* எறிபடைவகை. பாரை யின் றலைய (கம்பரா. நாகபாச. 11). 4. *A plant;* செடிவகை. உரிந்த பாரை (கலிங். 63). (காண்க: சென்னைப் பல்கலைக்கழகப் பேரகராதி).

6. 'மருது' என்னும் சொல் இக்காலத் தமிழில் நீர்நிலைகளில் தடுப்புச் சுவராகப் பயன்பட்டு வருவது இங்குக் குறிப்பிடத்தக்கது. இதை வினையினின்று 'து' எனும் பெயராக்க உருபோடு உருவாக்கப்பட்ட பெயர் எனக் கொள்ளும்போது 'மரு' என்னும் வினைக்குத் 'தடு' என்னும் பொருளைக் கொள்ளவேண்டியிருக்கிறது. 'ஏமம்' எனும் சொல் நற்றிணையில் 'பாதுகாவல்' எனும் பொருளில் வருவதும் நோக்கத்தக்கது. "ஆய்நலம் உள்ளி வரின் எமக்கு ஏமம் ஆகும் மலை முதல் ஆறே." (நற். 192:11–12).

விழவொடு நின்றாய் நீயே இஃதோர்
ஓரான் வல்சிச் சீரில் வாழ்க்கைப்
பெருநலக் குறுமகன் வந்தென
இனிவிழ வாயிற்று என்னும் இவ்வூரே. (குறு. 295)

உடுத்தியும் தொடுத்தும் பூண்டும் சிறப்பான தழையணிகள் கொண்ட இல்லத்தில் புகழோடு இருந்தாய். தலைவியினால் சிறப்புப் பெற்று அவளைத் துறந்து நீ பரத்தையிடம் சென்று சீரில்லாத வாழ்க்கையை நடத்துகிறாயே! அத்தகைய பெருநலக் குறுமகன் திரும்ப வந்ததால் இவ்வூர் சீரழிந்துவிட்டது என்று தலைவனை நோக்கித் தோழி நகைப்பதாக வருகிறது இப்பாடல். ஊரை 'விழவாயிற்று' என விழல்களாகிய களைச்செடிகளுக்கு ஒப்பிட்டிருப்பதும் தலைவன் விழலாகிய பரத்தைகளோடு வாழ்வதை 'விழவொடு நின்றாய்' என்று குறிப்பிட்டிருப்பதும் தலைவனை எள்ளிநகையாடும் உத்தியாகும்.

மிகைப்படுத்தல்

எதையும் மிகைப்படுத்திக்கூறல் என்பது பேச்சு வழக்கிலும் இலக்கியங்களிலும் அதிகமாகப் பயன்படுத்தப்பட்டுவரும் உத்தியாகும். 'கல் நெஞ்சக்காரன்', 'எரி நாக்கு', நிறைய இருக்கும் வேலையை 'வண்டி வேலை இருக்கிறது,' என்று சொல்வது போன்ற பேச்சு வழக்குகள் மிகைப்படுத்திப் பேசுதலுக்கு எடுத்துக்காட்டுகள்.

கல்வெட்டுகள் மிகைப்படுத்திக் காட்டும் கருத்துகள்

பேச்சுத் தமிழோடல்லாது கல்வெட்டுத் தமிழிலும் இது போன்ற மிகைப்படுத்தப்பட்ட வழக்குகள் இருக்கக் காண்கிறோம். கடவுளுக்குத் தானமாகக் கொடுக்கப்படும் ஆடுகள் என்றும் சாகாமல் மூப்படையாத ஆடுகளாக இருக்கும் என்பதைச் 'சாவாமூவா ஆடு' என்றும் சந்திரனும் சூரியனும் இருக்கும் வரை கோவில் தானங்கள் உரிமையுடையதாய் இருக்கவேண்டும், கோவிலில் உள்ள விளக்குகள் எரிந்தவண்ணம் இருக்கவேண்டும் எனும் கருத்துகளைச் 'சந்திராதித்தவரை' என்றும் பல கல்வெட்டுகள் குறிப்பிட்டிருப்பதைக் காணலாம்.

...தம்பொருளிட்டுவெட்டுகிற நிலம்இவ்வெரியும்நிலமுங்கு டிநிங்காதெவதானமாய்இவர்க்குசந்திராதித்தவரையும்காணியாய் விற்றெற்றிப்பரிக்கிரகஞ்செல்லக்கடவதாகவும் இப்படிசம்மதித்துக் கல்வெட்டிக்குடுத்தொம் *(SI. VIII.No. 74:7)*

. . . வீரசிகாமணிப் பல்லவரையர் வைத்த நொந்தா விளக்கினால் சாவாமூவா பேராடு நிசதம் உழக்கு நெய்யால் எரிவதாக குடுத்த ஆடு *(SI. XIX. No. 257)*

இலக்கியங்களில் மிகைப்படுத்தல்

சங்கம் தொட்டு இன்றுவரை இலக்கியங்களில் மிகைப்படுத்தல் எனும் உத்தியைப் பலவாறு பயன்படுத்தியிருப்பதைக் காணலாம். மிகைப்படுத்தலும் கூற வருவதைப் படிப்போரின் மனதைத் தொடுவது போன்ற ஒரு சிறந்த உத்தியே.

இம்மை மாறி மறுமையாயினும்
நீயாகிய ரென் கணவனை
யானாகியர் நின் நெஞ்சு நேர்பவளே (குறு. 49)

இப்பிறப்பு மாறி மறுபிறப்பானாலும் எல்லாப் பிறப்புகளிலும் நீயே எனது கணவன், நானே உன் நெஞ்சில் இருப்பவள் என்றும் மிகைப்படுத்தித் தலைவி தலைவனை நோக்கிக் கூறுவதாக இருக்கிறது இந்தக் குறுந்தொகைப் பாடல்.

. . .
பாஅல்புளிப்பினும் பகல்இருளினும்
நாஅல்வேத நெறிதிரியினும்
திரியாச் சுற்றமொடு . . . (புறம். 2)

என வரும் புறநானூற்றுப் பாடலில் 'பால் புளித்தாலும் பகல் இருளானாலும் நான்கு வேதங்களின் நெறி திரிந்தாலும் சுற்றத்தார் மாறமாட்டார்கள்,' என வரும் தொடரில் மிகைப்படுத்தலை நேரடியாகக் கையாளவில்லையெனினும் எந்தவிதமான எதிர்பாராத நிகழ்ச்சி நிகழ்ந்தபோதிலும் சுற்றம் திரியாது எனக் கூறுவதை மிகைப்படுத்தல் எனவே கொள்ளவேண்டும். எதிர்பாராமல் நடப்பது என்பது வழக்கமான நிகழ்வு; வழக்கம் மீறலாம். ஆனால் வழக்கமே மீறினாலும் வழக்கத்துக்கும் மாறாகச் 'சுற்றம் திரியாது' என்பது மிகைப்படுத்தலாகும். 'பால் புளிப்பது,' 'பகல் இருளாக மாறுவது' போன்றவை இயற்கையாக நிகழ்வன. ஆனால் விரும்பத்தகாதன. இதே பாடலில் வரும் 'வான வரம்பனை! நீயோ, பெரும!' என்ற வரி 'வானத்தின் உச்சியைத் தொட்ட பெருமையுடையோனே!' எனும் புகழ்ச்சியைக் கூறுவது 'மிகைப்படுத்தல்' ஆகும்.

காதலியின் அழகை வருணிப்பதிலும் காதலன் தன்னுடைய காதலைக் காதலிக்கு வலியுறுத்துவதிலும் மிகைப்படுத்தல் இல்லாமல் இருக்காது. எடுத்துக்காட்டாக நற்றிணையில் (166) தலைவன் தலைவியின் அழகை வருணிப்பதாக வரும் பாடலில் பயன்படுத்தும் உவமைகள் மிகைப்படுத்திக் கொடுக்கப்பட்டிருப்பது தெரியவரும். அவள் உடலும் வாசனை மிகுந்த கூந்தலும் பொன்னையும் மணியையும் போன்றவை என்கிறான் (பொன்னும் மணியும் போலும் யாழநின் நன்னர் மேனியும் நாறிருங் கதுப்பும்); அவள் கண்கள் குவளை போலவும் அழகான

தோள்கள் வழுவழுப்பான மூங்கில் போலவும் இருக்கின்றன என்கிறான் (போதும பணையும் போலும் யாழநின் மாதர் உண்கணும் வனப்பின் தோளும்); அதோடல்லாமல் அவளுடைய உடலுறுப்புகளைக் காணும்போது அறநிலையில் ஈடுபட்டவர்களின் மனக்களிப்பை அவன் அடைந்தது போலிருக்கிறது என்கிறான் (இவைகாண் தோறும் அகம்மலிந்து யானும் அறம்நிலை பெற்றோர் அனையேன்); நீ என்னைப் பிரியாதே! நம் காதல் கடலினும் பெரியது என்கிறான் (யாதனின் பிரிகோ? மடந்தை! காதல்தானும் கடலினும் பெரிதே!). இங்ஙனம் இலக்கியங்களில் வரும் வருணனைகள் பெரும்பாலும் உவமைகளைப் பயன்படுத்தி மிகைப்படுத்திக் கூறுவனவாகவே இருக்கும். இந்த உத்தியும் படிப்போரின் மனத்தை எளிதில் ஈர்க்கும் இலக்கியத்தன்மைகளில் ஒன்றே.

சிறிய உண்மையைப் பெரிதுபடுத்திக் காட்டுதல்

இன்னும் சில பாடல்களில் சிறிய உண்மைகளைப் பூதாகரமாக ஆக்கிக் கொடுக்கும் உத்தியையும் காண்கிறோம். மடியில் பால் நிரம்பியிருப்பதால் பெண் மாடுகள் வலி தாங்காது பாலைக் குடிக்கக் கன்றுகளை நோக்கியிருக்கும் என்பது பொதுவான உண்மை. பின்வரும் திருப்பாவைப் பாடலில் இவ்வுண்மையைப் பெரிதுபடுத்திக் கன்றுக்குப் பால் கொடுக்கமுடியாமல் எருமை ஒன்று தன்னுடைய பாலை இல்லத்தின் வாசலில் கறந்து வாசலைச் சேறாக்கிவிட்டது என்று பெரிதுபடுத்திப் பாடியிருப்பதைக் காண்கிறோம்.

கனைத்திளங் கற்றெருமை கன்றுக்கு இரங்கி
நினைத்து முலைவழியே நின்றுபால் சோர
நனைத்தில்லம் சேறாக்கும் நற்செல்வன் தங்காய்!
பனித்தலை வீழ நின் வாசல் கடைபற்றி
சினத்தினால் தென் இலங்கைக் கோமானைச் செற்ற
மனத்துக்கு இனியானைப் பாடவும் நீ வாய்திறவாய்
இனித்தான் எழுந்திராய் ஈதென்ன பேருறக்கம்!
அனைத்தில்லத் தாரும் அறிந்தேலோர் எம்பாவாய். (திருப்பா. 12)

‘கன்றுக்கு இரங்கித் தாளாமல் மடியிலிருந்து பாலை வாசலில் சுரந்து இல்லத்தைச் சேறாக்கும் மாடுகளின் சொந்தக்காரனின் தங்கையே! கொட்டுகின்ற பனி எங்கள் தலையில் விழ, உன்வீட்டுத் தலைவாசலில் நாங்கள் காத்துநிற்கிறோம். சீதையைக் கவர்ந்து சென்ற இராவணனின் மீது கோபம்கொண்டு அவனை அழிக்க அவதாரம் எடுத்த கோமானாகிய அந்த நாராயணனின் பெருமையைப் பாட உன் வாயைத் திற! எழுந்திரு! எல்லா வீடுகளிலும் அனைவரும் காண்கின்றனர்! எங்கள் பாவையே!’ என வருகிறது இப்பாடலின் பொருள். இங்கு இராமனையும்

விஷ்ணுவின் அவதாரமாகக் காட்டுவதிலிருந்து புராணக் கதைகள் இலக்கியத்தில் புகுந்திருப்பதை அறிகிறோம்.

இயற்கைக்கும் விலங்குகளுக்கும் மானுடவியற் தன்மைகள் அளித்தல்

இயற்கைப் பொருட்களுக்கும் திடப்பொருட்களுக்கும் மனிதப்பண்பு கொடுத்து அவற்றோடு உரையாடல் நிகழ்த்துவதும் அவை மனிதர்களைப் பற்றிக் கூறுவதும் இலக்கியங்களில் மட்டுமன்றி அன்றாடத் தமிழிலும் பயன்படுத்தப்படும் உத்தியாகும். 'ஊர் சிரிக்கிறது' என்று ஊரை ஊரில் வாழும் மக்களைக் குறிக்கும் ஆகுபெயராகப் பயன்படுத்தும்போது ஊர் எனும் அஃறிணைச்சொல்லுக்கு மனிதப்பண்பாகிய 'சிரித்தல்' எனும் தொழிலைக் கொடுக்கிறோம். இங்ஙனமே 'வெள்ளம் சீறிப் பாய்ந்தது', 'இடி இடித்தது', 'கடல் ஓலமிட்டது', 'சூரியன் மறைந்தது' என்பன போன்ற தொடர்களும் இப்பண்பைக் கொண்டனவாக இருப்பதைக் காணலாம். நியதியிலிருந்து விலகிப் புதுமையைக் காணும் இத்தகைய உத்திகளும் படிப்போரின் மனத்தை ஈர்ப்பதாகவே இருக்கும்.

இயற்கையோடும் விலங்குகளோடும் உரையாடுவது, இயற்கையே குறிப்பிட்ட செய்தியை விளம்புவதாக அமைவது இலக்கியப் பண்புகளுள் ஒன்றாகப் பயன்படும் உத்தி. இவ்வுத்தியைத் தமிழ் இலக்கிய ஆசிரியர்கள் பல இடங்களில் பயன்படுத்தி மனதைக் கவரும் போகப்பொருளாக ஆக்கியிருக்கின்றார்கள் என்றால் அது மிகையாகாது. இறையனார் எழுதிய குறுந்தொகைப் பாடலில் தலைவன் வண்டோடு பேசுவது போலப் புனையப்பட்டுள்ளது இவ்வகையில் சாரும். தலைவன் வண்டிடம் தன்னுடைய காதலியின் கூந்தலைவிட மிகவும் அதிக நறுமணம் கொண்ட எந்த மலரின் நறுமணத்தையாவது நீ முகர்ந்திருக்கிறாயா என்று கேட்பதாகக் கொடுக்கப்பட்டுள்ளது.[7]

> கொங்குதேர் வாழ்க்கை அஞ்சிறைத் தும்பி
> காமஞ் செப்பாது கண்டது மொழிமோ
> பயிலியது கெழீஇய நட்பின் மயிலியற்
> செரியெயிற்று அரிவை கூந்தலின்
> நறியவும் உளவோ நீயறியும் பூவே (குறு. 2)

'பூக்களைத் தேர்ந்து தேனை அருந்தும் அழகிய சிறகுகளை உடைய வண்டே! என்னுடைய அன்பு வேண்டி இல்லாமல் நீ கண்டதைக் கூறு! என்னுடன் நெருங்கிய நட்புகொண்ட என்னுடைய தோழி மயிலின் தோகையைப் போன்ற கூந்தலை

7. இயற்கையோடு இயைந்துள்ளதாக அமைந்துள்ள இப்பாடல்களைப் பற்றிய விளக்கங்களுக்கு காண்க *Varadarajan* (1957: 360).

உடையவள். அவளுடைய கூந்தலின் நறுமணத்தைவிட அதிக நறுமணம்கொண்ட பூவைப் பற்றி நீ அறிந்திருக்கிறாயா?'

மழையின்போது மேகங்கள் செல்லுகின்ற வானத்தில் மாறி மாறி விழித்து இமை மூடிமூடி மறைத்து ஞாயிறு வருகிறது என்கிறார் மதுரைப் பெருமருதனார் நற்றிணைப் பாடலில்.

மழைகழி விசும்பின் மாறி ஞாயிறு
விழித்திமைப் பதுபோல் விளங்குபு மறைய (நற். 241:7–8)

ஆண்டாள் எழுதிய நாச்சியார் திருமொழியில் ஆண்டாள் மழையோடு பேசுவதாக வருகிறது பின்வரும் பாடல்.

ஆழி மழைக் கண்ணா ஒன்று நீ கை கரவேல்
ஆழி உள் புக்கு முகந்து கொடு ஆர்த்து ஏறி
ஊழி முதல்வன் உருவம் போல் மெய் கறுத்துப்
பாழிய் அம் தோளுடைப் பற்பனாபன் கையில்
ஆழி போல் மின்னி வலம்புரி போல் நின்று அதிர்ந்து
தாழாதே சாரங்க முதைத்த சர மழை போல்
வாழ உலகினில் பெய்திடாய் நாங்களும்
மார்கழி நீராட மகிழ்ந்தேலோர் எம்பாவாய் (திருப்பா. 477)

கடலில் சென்று நீர் முகந்து ஆரவாரத்துடன் வானத்தில் ஏறி இறைவனின் உருவம் போல் உடல் கறுத்து பத்பநாபன் கையில் இருக்கும் சக்கரத்தைப் போல் மின்னிச் சங்கு அதிர்வது போல் இடி இடித்துச் சரமாக மழையாகப் பெய்திடு! நாங்களும் மார்கழி மாதத்தில் நீராடி மகிழ்ந்திடுவோம் என மழையோடு உரையாடுவதாக வருகிறது இந்தப் பாடல். மேலும் கீழ்வரும் நாச்சியார்த்திருமொழி பாடலில் திருமாலின் உதடுகளின் இனிப்பு பற்றியும் வாய்ச்சுவையைப் பற்றியும் வெண்சங்கிடம் வினவுவதாக வருவதும் சங்கை மனிதராக்கிக் கேட்பதாக அமைந்திருக்கிறது.

கருப்பூரம் நாறுமோ கமலப்பூ நாறுமோ
திருப்பவளச் செவ்வாய்தான் தித்தித்தி ருக்குமோ
மருப்பொசித்த மாதவன்றன் வாய்ச்சுவையும் நாற்றமும்
விருப்புற்றுக் கேட்கின்றேன் சொல்லாழி வெண்சங்கே (நாச்சி. 567)

இதே போக்கையே நம்மாழ்வாரின் திருவாய்மொழியிலும் காண்கிறோம். நம்மாழ்வார் தனது திருவாய்மொழி ஆறாம் பத்தில் குருகினங்கள், நாராய், புள்ளினங்கள், மடவன்னங்கள், பூங்குயில்கள், கிளி, பூ, வண்டினங்கள் ஆகிய ஐந்தறிவு மிருகங்களிடம் பெருமாளைக் கண்டு கைகள் கூப்பியும் பாதம் தொழுதும் இறங்கியும் தங்களுடைய பக்தியைத் தெரிவிக்குமாறு கூறுகிறார். (திருவாய்மொழி 3343 – 3352). பெரியாழ்வாரின் பாசுரத்திலும் இவ்வண்ணமே காகத்தை அழைத்துக் கண்ணனின் குழலை ஊதுமாறு கூறுவதாக அமைகிறது (பெரியாழ்வார் திருமொழி 162–170). ஐந்தறிவை மனித வாழ்வோடு இணைத்துக்கொண்டு

இயற்றப்பட்ட இவ்வகைப் பாடல்களும் படிப்போரிடையே எக்காரணத்தாலும் நீக்கவியலாத ஓர் ஈர்ப்புத்தன்மையை ஏற்படுத்துவதற்கே எனக் கூறவேண்டும்.

விலங்கினங்களை நிந்தித்தல்

மேற்கூறிய பாடல்களிலிருந்து சற்று வேறுபட்டு விலங்கினங்களின் இயற்கையான செயல்பாடுகள் தங்களின் வாழ்வு முறைக்கு எதிராக இருப்பதாகக் கூறி அவற்றைத் திட்டுகின்ற பல பாடல்களைக் காண்கிறோம். மதுரைக் கண்ணனார் எழுதிய பின்வரும் குறுந்தொகைப் பாடலில், தலைவனோடு தான் இனிமையாகக் கொள்ளும் தூக்கத்தைக் கலைத்துவிட்டாயே என்று அதிகாலையில் கூவும் சேவலைத் திட்டுகிறாள் தலைவி. அத்தோடு இல்லாமல் இரவில் எலிகளைத் தேடி உண்ணும் காட்டுப் பூனைக்கு இரையாகித் துன்பப்படு என்று சேவலுக்குச் சாபமும் விடுகிறாள். விலங்கினங்களையும் இயற்கையையும் மனித வாழ்வோடு இணைக்கும் இவ்வகை பண்பு பொதுவான இலக்கியச் சூழலே ஆகும்.

குவி இணர்த் தோன்றி ஒண் பூ அன்ன
தொகு செந் நெற்றிக் கணங் கொள் சேவல்
நள் இருள் யாமத்தில் எலி பார்க்கும்
பிள்ளை வெருகிற்கு அல்கு இரை ஆகிக்
கடு நவைப் படீஇயரோ நீயே, நெடு நீர்
யாணர் ஊரன் தன்னொடு வதிந்த
ஏம இன் துயில் எடுப்பியோயே.

மதுரைக் கண்ணனார் – (குறுந். 107)

'குவிந்த கொத்தான காந்தள் மலரைப் போன்ற நெற்றிக்கு மேல் தோகையை வைத்திருக்கும் சேவலே, நீ நடு இருள் சாமத்தில் எலியைத் தேடும் பூனைக்கு இரையாகிக் கொடிய துன்பத்தைப் பெறுவாய்! நீண்ட நீரோடையைக் கொண்ட யாழ் ஒலிக்கும் ஊரினைச் சேர்ந்தவன் என்னோடு இன்பமாக உறங்கும்போது நீ எங்களை எழுப்பிவிட்டாயே!'

இங்ஙனமே நற்றிணையில் தும்பிசேர்கீரனார் இயற்றியுள்ள பாடலில் தலைவி தலைவனைப் பிரிந்து வாடும்போது பசலை நோய்க்கு உட்பட்டு அவள் உடல் வாடி அழகற்றவளாக ஆகிறாள். பீர் என்னும் மலர் ஒரே வண்ணத்தில் பூத்து நறுமணம் இல்லாதிருப்பது போல நானும் பசலை நோயால் துயருற்றேன் எனக் கூறி வண்டினைப் பார்த்து, "அறநெறியிலே செல்லாத வண்டே! நீ என் தலைவனைக் கண்டு என்னுடைய துயரத்தைச் சொல்லவில்லை. உன் உடல் கரிய நிறத்தோடு இருப்பதோடு உன்னுடைய அறிவும் கரிய நிறம் கொண்டதோ! நீ அறன் இல்லாத பிறவி!" என்று திட்டுகிறாள்.

> கொடியை வாழி தும்பி இந்நோய்
> படுகதில் அம்ம யான் நினக்கு உரைத்தென
> மெய்யே கருமை அன்றியுஞ் செவ்வன்
> அறிவுங் கரிதோ அறனிலோய் நினக்கே
> மனையுறக் காக்கும் மாண்பெருங் கிடக்கை
> நுண்முள் வேலித் தாதொடு பொதுளிய
> தாறுபடு பீரம் ஊதி வேறுபட
> நாற்றம் இன்மையிற் பசலை ஊதாய்
> சிறுகுறும் பறவைக் கோடி விரைவுடன்
> நெஞ்சுநெகிழ் செய்ததன் பயனோ அன்பிலர்
> வெம்மலை அருஞ்சுரம் இறந்தோர்க்கு
> என்நிலை உரையாய் சென்றவண் வரவே   (நற். 277)

இப்பாடல் முந்தையப் பாடலை விடச் சற்று வேறுபாடானது. சேவல் அதிகாலையில் கூவுவது என்பது இன்றும் தமிழர்ப் பண்பாட்டில் இணைந்த ஒன்று. சேவலின் கூவலால் தலைவன், தலைவியின் இனிய கூடல் கலைந்துவிட்டது என்பது ஒரு பக்கம். தன்னுடைய துயரத்தை யாராவது தலைவனிடம் சொல்வார்களா என்று ஏங்கியிருக்கும் தலைவி யாரும் கிடைக்காத தருணத்தில் தான் பார்க்கும் வண்டுகளைத் திட்டுவது என்பது மறுபக்கம்.

இவ்விரு பாடல்களிலும் உட்பொருள்கள் என்னதான் என்று இன்னமும் ஒரு படி மேலாக ஆய்வு செய்வோமானால், இங்குத் தலைவி திட்டுவது இந்த விலங்குகளை அல்ல, உண்மையிலேயே தலைவனைத்தான் எனவும் கொள்ளவேண்டியிருக்கிறது. முதல் பாடலில் தலைவன் பரத்தை வீட்டுக்குச் சென்று அதிகாலையில் வீடு திரும்பித் தலைவியின் உறக்கத்தைக் கலைக்கிறான் என்று கொண்டால், அவனது பண்பை இகழும் வழியாகத்தான் மறைமுகமாகத் தனது உறக்கத்தைச் சேவல் கலைத்துவிட்டது, அச்சேவலைக் காட்டுப் பூனை கடித்து உண்ணட்டும் என்று கூறுவதாய் இலக்கியப் பண்பு அமைகிறது. இரண்டாவது பாடலிலும் கரிய நெஞ்சுடையது வண்டல்ல, தலைவனே என ஊகிக்க வேண்டியிருக்கிறது.

இவ்வகையில் இலக்கியங்களில் நேரடியாகக் கொடுத்துள்ள கருத்துகளின்வழி உட்பொருளாகவும் மறைபொருளாகவும் அறியவேண்டிய கருத்துகள்தாம் இவை. காலங்காலமான தமிழ் இலக்கியப் பயணங்களின் உண்மைப்பொருளைச் சரியாக அறிவது என்பது தமிழர்களின் மயிர்க்கூச்செரியும் அனுபவமே!

ஆகுபெயர்

ஒரு பொருளுக்குக் காரணியாகப் பயன்படுத்தப்படும் சொற்களை ஒன்றுக்கு ஒன்றாக ஆகி வரும் பெயர் என்பதால் ஆகுபெயர் என்பார்கள். அதாவது ஒன்றைக் குறிக்க மற்றொன்றைக்

கூறுவது. இவ்வாகுபெயர்களின் எண்ணிலடங்காத் தன்மை களைக் கண்டுகொள்வதும் அவற்றின் முக்கியத்துவம் அறிவதும் இலக்கியத் திறனாய்வில் இன்றியமையாத உத்தியாகும். ஆகுபெயர் என 'பெயருக்கே' இலக்கணமாகக் கொடுக்கப்படும் இக்கருத்தை உண்மையில் வினைக்கும் இடைச்சொற்களுக்கும் கொடுக்கலாம் என்கிறார் சண்முகம் (1998). எதையும் நேராகக் கூறாமல், எளிமையாகவும் கூறாமல் ... தொடர்புகொண்ட பல பொருட்களைச் சொற்களின் வழியாகவும் செயல்களின் வழியாகவும்... விளக்குவது என்பது இலக்கியத்தில் மட்டுமன்றிப் பேச்சு வழக்கிலும் சிறப்பான உத்தியாகும். இதன் காரணமாகவே ஆகுபெயர்கள் இலக்கியத்தின் சிறப்பான உத்தியாக வழக்கில் இருக்கின்றன எனலாம். 'நாடு வறுமையில் உழல்கிறது' என்பதில் 'நாடு' என்னும் பெயர் நாட்டிலுள்ள மக்களைக் குறிக்க வந்த ஆகுபெயராகும். 'நெல் விளைந்தது' என்பது நெற் பயிருக்கு ஆகிவரும் சொல்லாகும். 'ஒரு படி' என்பது ஒரு படி தானியத்துக்கு ஆகிவருவதாகும். இப்படிப் பல பயன்பாடுகள் ஆகுபெயர்களைக் கொண்டுவருவதைக் காண்கிறோம். பல பழமொழிகள், உவமைகள் போல்வனவும் ஆகுபெயரின் தன்மையனவாக இருக்கும். 'உங்கள் காட்டில் மழை', 'நெருப்பில்லாமல் புகையாது' என்னும் தொடர்களைப் பயன்படுத்தும்போது அவை குறிக்கும் சரியான பொருளை அவை கூறப்பட்ட சூழலை வைத்துத்தான் அறியமுடியும். இவற்றின் பொதுப்பொருளாக முறையே 'ஒருவருக்கு ஏதோ வகையில் நன்மை ஏற்பட்டுள்ளது', 'காரணம் இல்லாமல் ஒரு செயல் நடக்காது' என நாம் கூறும்போது அவற்றின் சூழலை அறியமுடியும். இவ்வகையில் இத்தகையக் கூற்றுகளும் ஆகுபெயரின் கருத்தையே கொண்டுள்ளன. ஆகுபெயர்களின் வகைகளைப் பின்வரும் நூற்பாவில் நன்னூல் விளக்குகிறது.

> பொருள் முதல் ஆறோடு அளவை சொல் தானி
> கருவி காரியம் கருத்தன் ஆதியுள்
> ஒன்றன் பெயரான் அதற்கு இயை பிறிதைத்
> தொல்முறை உரைப்பன ஆகுபெயரே   (நன்னூல் 290)

பொருள், இடம், காலம், சினை, பண்பு, தொழில் என்னும் ஆறுவகைப் பெயரை அடிப்படையாகக் கொண்டவையும் எண்ணல், எடுத்தல், முகத்தல், நீட்டல் முதலான அளவைப் பெயர்களும் சொல், தானி, கருவி, காரியம், கருத்தா முதலானவையும் தம்மோடு தொடர்புடைய வேறு பொருளுக்குப் பெயராகிப் பழங்காலம் முதல் சொல்லப்பட்டு வருவன ஆகுபெயர் ஆகும். கீழ்க்காணும் பிசிராந்தையார் பாடிய புறநானூற்றுப் பாடலை இதில் பயன்படுத்தப்பட்டுள்ள ஆகுபெயர்களின் அடிப்படையில் அலசுவோம்.

யாண்டுபல வாக நரையில ஆகுதல்
யாங்கு ஆகியர் என வினவுதிர் ஆயின்
மாண்டஎன் மனைவியோடு மக்களும் நிரம்பினர்
யான்கண் டனையர்என் இளையரும் வேந்தனும்
அல்லவை செய்யான் காக்க அதன்தலை
ஆன்றுஅவிந்து அடங்கிய கொள்கைச்
சான்றோர் பலர் யான் வாழும் ஊரே. (புறம். 191)

'முடியில் நரை இல்லாமல் இருத்தல்' என்பதை முதுமை தெரியாமல் இருத்தல் எனக் கொண்டு முதுமை எனும் பண்புக்கு ஒரு குறியீட்டுப்பெயராக நரை எனும் சொல் பயன்படுத்தப்பட்டுள்ளது. மக்கள் நிரம்பினர் என்னும் தொடர் மக்கள் மகிழ்ச்சியோடு இருந்தார்கள் என நிரம்பு எனும் சொல்லுக்குப் பொருள்பட வந்துள்ளமை காண்க. நிரம்பு என்னும் வினை மகிழ்ச்சியடைதல் எனும் தொழிலுக்கு ஆகுபெயராக வந்துள்ளது. அல்லவை செய்யான் எனும் தொடர் தகாதன செய்யான், தீயன செய்யான் போன்ற பொருளைக் கொண்டு அல்லவை என்பது தீயன, முறையற்ற செயல் என்னும் பொருளுக்கு ஆகுபெயராக வந்துள்ளது. மேலும் கொள்கைச் சான்றோர் என்னும் பண்புப் பெயரும் அறிந்த அறிஞர், நெறிப்பட்டோர் போன்ற பொருளுக்கு ஆகுபெயராக வந்துள்ளது அறியத்தக்கது.

வரலாற்று உண்மைகளுக்கு ஆகிவரும் பெயர்கள்

இலக்கியங்களில் பல இடங்களில் சில சொற்களின் உண்மையான பொருளை அறிய நமக்குச் சில வரலாற்று உண்மைகள் தெரியவேண்டிய தேவை ஏற்படுகிறது. பின் வரும் பாடலில் கபிலர் கூறும் 'பாரி', 'மாரி' ஆகிய சொற்கள் எந்தப்பொருளில் வருகின்றன என்பதை அறிவதற்குக் குறுநில மன்னர்களில் ஒருவனான பாரியையும் அவனின் கொடைத்தன்மை வரலாற்றையும் தெரிந்திருப்பதன் தேவையை அறிகிறோம்.

பாரி பாரி என்றுபல ஏத்தி
ஒருவர்ப் புகழ்வர் செந்நாப் புலவர்
பாரி ஒருவனும் அல்லன்
மாரியும் உண்டு ஈண்டு உலகுபுரப் பதுவே. (புறம். 107)

இங்குப் பாரி என்னும் சொல் சங்ககாலத்தின் அரசனான பாரியின் வள்ளல் தன்மையைக் குறிக்கும் ஆகுபெயராக வந்துள்ளது. இந்த அரசனையும் இவனின் கொடைத்தன்மையையும் அறியாதோருக்கு இப்பாடலைப் புரிந்துகொள்ள இயலாது. இவ்வாறே மாரி என்னும் சொல்லும் வள்ளல் தன்மைக்கு ஆகுபெயராகப் பயன்படுத்தப்பட்டுள்ளது. இப்பாடலின் குறிப்புப் பொருளான பாரியின் கொடைத்தன்மையை விட மழையின் பயன்பாடே சிறப்பானது என்பதைப் பாரி, மாரி என்னும்

இரு ஆகுபெயர்களும் வெளிப்படுத்தியுள்ளன. இவற்றைப் பண்பாகுபெயர் எனக் கூறுவர்.

இன்னும் சில பாடல்களில் இடப்பெயரை உவமையாகப் பயன்படுத்தி இடத்தின் சிறப்பை ஆகுபெயராகக் கொடுத்திருப்பதையும் காணலாம். "ஒளிறுவேல் கோதை ஓம்பிக் காக்கும்வஞ்சி அன்னஎன் வளநகர் விளங்க," (அகம். 263) என வரும் அகநானூற்றுப் பாடலில் வஞ்சி எனும் இடத்தின் புகழை ஆகுபெயராகக் கொடுத்திருப்பதிலிருந்து இதை இடவாகுபெயருக்கு எடுத்துக் காட்டாகக் கருதலாம். "ஒளிறுகின்ற வேலினை உடைய கோதை," "விரும்பிக் காக்கின்ற வஞ்சி நகரம்" என்பனவற்றை அறிய நமக்கு வரலாற்றின் துணை வேண்டியிருக்கிறது. இந்நிலையில் இவை எச்சூழலுக்கு ஆகுபெயராக வந்துள்ளன என அறிய வேண்டும்.

ஒரு செயலோடு நெருங்கிய தொடர்புகொண்ட செயல்களை அவற்றுக்கு ஆகுபெயராகக் கொடுத்தல்

ஒரு செயலுக்குத் தொடர்புடைய செயல்களாகப் பல தொடர்புடைய செயல்களைக் குறிப்பாகத் தெரிவிக்கலாம். ஈசல் பறப்பதையும் மேலைக் காற்று வீசுவதையும் கார்காலம் வந்து விட்டதற்கான அறிகுறியாகக் கூறுவர். சங்கப்பாடல்கள் பலவற்றில் ஒருவனின் மார்பில் நிறைய புண்களின் தழும்புகள் இருப்பதை அவனுடைய போர் அனுபவங்களாகக் கூறுவதைக் காண்கிறோம். மழை பெய்து ஓய்ந்த மாதிரி இருக்கிறது என்பார்கள். இது 'மிகவும் அமைதியாக இருக்கிறது,' எனும் பொருளைக் குறிப்பதாகும். இவ்வகை உத்தி பரவலாகப் பயன்படுத்தப்பட்டுள்ளதைப் பல பாடல்களிலிருந்து அறிகிறோம்.

பொழுது விடிந்ததற்காக ஆகி வரும் செயல்கள்

திருப்பாவையில் பொழுது விடிந்துவிட்டது என்னும் செயலைக் குறிக்கப் பொழுது விடியும்போது நடக்கும் பல செயல்களைச் சுட்டிக்காட்டுவதும் ஆகுபெயரின் தன்மையே.

> கீசுகீசு என்றெங்கும் ஆனைசசாத்தன் கலந்து
> சின பேச்சரவம் கேட்டிலையோ? பேய்ப்பெணணே!
> காசும் பிறப்பும் கலகலப்பக் கைபேர்த்து
> வாச நறுங்குழல் ஆய்ச்சியர் மத்தினால்
> ஓசை படுத்த தயிர் அரவம் கேட்டிலையோ? (திருப்பா. 7)

ஆனைச் சாத்தன் எனும் குருவிகளின் கீச்சுக் குரல் கேட்கவில்லையா என வினவுவது பொழுது விடிந்துவிட்டது, இன்னும் உறங்குகிறாயே என்னும் பொருளைத் தருவதாகும். வாசனை மிக்கக் கூந்தலைக் கொண்ட ஆயர்க்குல மங்கையர் மத்து கொண்டு தயிர் கடையும் செயலும் பொழுது விடியும்போது

தவறாது நடைபெறுவதாகும். இதுவும் பொழுது புலர்ந்ததற்காக ஆகிவரும் செயலாகும். தயிர் அரவம் உனக்குக் கேட்கவில்லையா என்று வினவுவது பொழுது புலர்ந்ததை நீ அறியவில்லையா என்று கேட்பதாகும். இவ்வாறே கீழ்க்காணும் பாடல்களிலும் ஆம்பல் மலர்வது, கோழி கூவுவது, குயிலினங்கள் கூவுவது போன்ற செயல்களைக் கூறி, பொழுது விடிந்துவிட்டது எனும் பொருளைக் குறிக்கும் ஆகுபெயரின் உத்தி பயன்பட்டுள்ளது.

உங்கள் புழக்கடை தோட்டத்து வாவியுள்
செங்கழுநீர் வாய்நெகிழ்ந்து ஆம்பல் வாய் கூம்பின காண்

(திருப்பா. 14)

வந்தெங்கும் கோழி அழைத்தன காண் மாதவிப்
பந்தல் மேல் பல்கால் குயிலினங்கள் கூவின காண் (திருப்பா. 18)

கோழி கூவுவதைப் பொழுது விடிவதோடு தொடர்புபடுத்துவது தமிழர்களின் வாழ்வோடு இணைந்த ஒன்றாகக் காண்கிறோம். பின்வரும் குறுந்தொகைப் பாடலில் முல்லை மலரும் நேரமாக மாலைப்பொழுதும் கோழி கூவும் நேரமாக விடியலும் கூறப்படு கிறது. தலைவனும் தலைவியும் பிரிந்து வாழ்வோருக்கு முல்லை மலரானது காலையும் மாலையாக இருக்கும். குடுமிக் கோழி கூவும் விடியலும், மாலையாக இருக்கும் என்பதாம் இப்பாடல்.

சுடர் செல் வானம் சேப்பப் படர் கூர்ந்து
எல் அறு பொழுதின் முல்லை மலரும்
மாலை என்மனார் மயங்கியோரே
குடுமிக் கோழி நெடு நகர் இயம்பும்
பெரும் புலர் விடியலும் மாலை
பகலும் மாலை துணை இலோர்க்கே. (குறு. 234)

அச்சத்தைக் குறிக்கும் நிகழ்வுகள்

இயற்கையில் பல நிகழ்வுகள் அச்சத்தை ஏற்படுத்துவனவாக இருக்கும். இடி இடித்தல், புயல் அடித்தல், அதிகமாக மழை பெய்தல், நாய் ஊளையிடுதல் போன்றவை தமிழர் மனதில் அச்சத்தை ஏற்படுத்துவதாக இருந்து வந்துள்ளன என்பதை இலக்கியங்கள்வழி அறிகிறோம்.

குன்றக் கூகை குழறினும் முன்றிற்
பலவி னிருஞ்சினைக் கலைபாய்ந் துகளினும்
அஞ்சுமன் அளித்தெ னெஞ்ச மினியே
ஆரிருட் கங்குல் அவர்வயிற்
சாரல் நீளிடைச் செலவா னதே. (குறு. 153)

குன்றில் கூகையெனும் ஆந்தை கூவுவதும் வீட்டுக்கு முன்னாலுள்ள பலா மரத்தின் சினைகள் (கிளைகள்) கலை பாய்ந்து (குரங்குபாய்ந்து) விழுவதும் (உகள்) அச்சத்தைத் தருவதாகத் தலைவி கூறுவதை

இக்குறுந்தொகைப் பாடலில் காண்கிறோம்.[8] ஆனால் கடும் இருளைக் கொண்ட இரவில் தலைவன் வரும்போது அந்த அச்சம் நீண்ட சாரல்களுக்கு இடையில் சென்றுவிடுவனவாக இருக்கிறது என்று கூறுகிறாள் தலைவி.

இலைகளும் பூக்களும் உதிர்வது அச்சத்தை உணர்த்தும் நிகழ்வாக சங்கப்பாடல்களில் காண்கிறோம்.

நல்லிசை வெறுக்கை தருமார் பல்பொறிப்
புலிக்கேழ் உற்ற பூவிடைப் பெருஞ்சினை
நரந்த நறும்பூ நாள்மலா் உதிரக்
கலைபாய்ந்து உகளும் கல்சோ் வேங்கைத்
தேம்கமழ் நெடுவரைப் பிறங்கிய
வேங்கட வைப்பிற் சுரன்இறந் தோரே. (அகம். 141)

கற்பனை நயம் மிகுந்த இப்பாடலில் இசையைத் தருமாறு அசைந்து புலியின் புள்ளிகளைக் கொண்ட பூக்களாலான நாரத்தை மரத்தின் பெரிய கிளைகளிலிருந்து மலர்ந்த நறும் மலர்கள் உதிர அக்கிளைகள் கருங்குரங்குகள் பாயக் கீழே விழும் என வருகிறது. இந்நிகழ்வு கற்களிடையே உள்ள வேங்கை மரங்களிலிருந்து பூக்களின் மணம் கமழ நீண்ட வேங்கடமலையைச் சார்ந்த ஊர்களிடையே வாழ்வோரின் கடின வாழ்வுக்கு ஒப்பாகக் கூறப்படுகிறது. 'சுரன் இற' என்னும் தொடர் மலைகளின் திறத்தையும் மேம்பட்ட கடினம் எனக் கொள்ளல் வேண்டும்.[9] மலைகளையும் விடக் கடின வாழ்வை அடைந்தோருக்குத் தடித்த கிளைகள் முறிந்து விழுவதனை ஒப்பாகக் கூறியிருப்பது நோக்கத்தக்கது. இங்ஙனமே காலை நேரம் கழியும்போது மிகுந்த மாயமான ஒலியில் குரங்குகள் மரத்தில் பாய, கிளைகள் விழும் அக்காலை மட்டும் அல்லாது மரமும் பயத்தைப் பகர்வதாக இருக்கிறது என்று பின்வரும் புறநானூற்றுப் பாடலில் கூறப்படுகிறது.

. . .
நோகோ யானே; தேய்கமா காலை!
பயில்பூஞ் சோலை மயில்எழுந்து ஆலவும்
பயில் இருஞ் சிலம்பிற் கலை பாய்ந்து உகளவும்

8. 'கலை' எனும் சொல் குரங்கைக் குறிப்பதாகச் சங்கப் பாடல்களில் பல இடங்களில் வருகிறது. யூகமொடு மாமுக முசுக்கலை (திருமுரு. 32) எனும் வரியில் 'முசுக்கலை' எனும் சொல் கருங்குரங்கைக் குறிப்பதாகும். யூகத்தோடு நோக்கும் பெரிய முகத்தைக் கொண்ட கருங்குரங்கு என்பதே இவ்வரியின் பொருள்.

9. 'சுரன் இறந்தோரே' எனும் தொடர் சங்கப் பாடல்களில் இன்னும் சில இடங்களிலும் வருகிறது. "இன்னா வைப்பின் சுரன் இறந்தோரே" (குறு. 314), "பெருங்கல் வைப்பின் சுரன் இறந்தோரே" (நற். 274), "கொல் களிற்று ஒருத்தல் சுரன் இறந்தோரே" (நற். 92), பூநுதல்யானையடுபுலிபொருது உண்ணும் சுரன்இறந்து அரியஎன்னார் உரன்அழிந்து... (நற். 333).

கலையுங் கொள்ளா வாகப் பலவும்
காலம் அன்றியும் மரம்பயம் பகரும்
யாணர் அறாஅ வியன்மலை அற்றே
அண்ணல் நெடுவரை ஏறித், தந்தை
பெரிய நறவிற் கூர்வேற் பாரியது
அருமை அறியார் போர்எதிர்ந்து வந்த
வலம்படு தானை வேந்தர்
பொலம்படைக் கலிமா எண்ணு வோரே. (புறம். 116)

இயற்கையின் செயற்பாடுகளை மனிதர்களின் குணங்களுக்கு ஆகுபெயராக வெளிப்படுத்தல்

இயற்கையின் நிகழ்வுகள் பல இடங்களில் மனிதர்களின் செயற்பாடுகளோடு ஒப்பிடப்படுகின்றன. தாமரை மலர்வதை மகிழ்ச்சிக்கும் பூக்கள் வாடுவதை வருத்தத்துக்கும் மழை பெய்வதை வள்ளற்தன்மைக்கும் சூரியனின் கதிர்வீச்சைச் சினத்துக்கும் சந்திரனின் குளிர்ந்த ஒளியை இரங்கல்தன்மைக்கும் ஒப்பிட்டு இவ்வியற்கை நிகழ்வுகளைத் தெரிவித்து அவற்றை அவற்றுக்குத் தொடர்பான கருத்துகளுக்கு ஆகுபெயராக வெளிப்படுத்துவதை அறிகிறோம். சண்முகம் (2013 ப. 222–23) தன்னுடைய 'கவிதைக் கட்டமைப்பு' எனும் நூலில் இவ்வகைப் பண்புகளைக் 'கருப்பொருள் மெய்ப்பாடு' என விளக்குகிறார். பின்வரும் புறநானூறு, குறுந்தொகைப் பாடல்களை எடுத்துக்காட்டாகத் தரும் சண்முகம் இப்பாடல்களைப் படிக்கும்போது நேர்ப்பொருளையும் குறிப்புப் பொருளையும் அறிந்துணரவேண்டியதன் அவசியத்தை விளக்குகிறார்.

அரிய தாமே சிறுவெள் ளாம்பல்
இளையமாகத் தழையாயினவே, இனியே
பெருவளக் கணவன் மாய்ந்தெனப் பொழுதுமறத்(து)
இன்னா வைகல் உண்ணும்
அல்லிப் படூஉம் புல்லாயினவெ. (புறம். 248).

இப்பாடலில் நேர்ப்பொருளாக ஆம்பல் மலர்கள் வாடியதையும் அல்லி மலர்கள் புல்லானதையும் காண்கிறோம். இவ்விரு நிகழ்வுகளையும் கணவன் இறந்ததால் ஏற்பட்ட தலைவியின் வருத்தத்தோடு இணைப்பது ஆகுபெயர் உத்தியே. மேலும் கீழ்க்காணும் குறுந்தொகைப் பாடலில் சற்று மாறாக 'முல்லை மலர்வதை' தலைவியின் இழிநிலையைக் கண்டு நகைப்பதாகக் கொள்ளவேண்டும் என சண்முகம் கூறுகிறார்.

இளமை பாரார் வளநசைஇச் சென்றோர்
இவணும் வாரார் எவண ரோவெனப்
பெயல்புறந் தந்த பூங்கொடி முல்லைத்
தொகுமுகை இலங்கெயி றாக
நகுமே தோழி நறுந்தண் காரே (குறு. 126)

இளமையின் மகிமையைப் பொருட்படுத்தாமல் செல்வம் தேடச் சென்ற இவளுடைய தலைவன் இன்னும் வரவில்லையே எனக் குளிர்ந்த மழையில் பூத்த முல்லைப்பூக்கள் நகைக்கின்றன எனத் தோழி விளக்குவதாக வருகிறது இப்பாடல். இங்கு மலர்ந்த முல்லையை நகைத்தலின் குறிப்புப்பொருளாகக் கொள்ளல்வேண்டும். இன்னமும் கூறப்போனால் மலர்ந்த முல்லை, உலகோர் கேலியாகச் சிரிப்பதற்கான இயற்கைக்கு மனிதப்பண்பு கொடுத்த குறிப்புப்பொருளாக வந்திருக்கிறது. இங்கு இயற்கையை அப்படியே எல்லாக் கவிஞனும் வெளிப்படுத்தாமல் அவற்றின் குணங்களை வெளிப்படுத்துவது மனித மனத்தின் அடிப்படையில்தான். தன்னுடைய மன வெளிப்பாட்டின் காரணமாகவே இங்கு மலர்ந்த முல்லையைக் கேலியாக நகைப்பதாகச் சித்திரிக்கிறாள் தலைவி. 'தெருவில் கிடக்கும் வைக்கோலைப் பாம்பு என்றான்', 'அரண்டவன் கண்ணுக்கு இருண்டதெல்லாம் பேய்' என்ற பழமொழிகளையும் இக்கருத்துக்கு விளக்கமாகக் கொள்ளலாம்.

ஒன்றுக்கு ஒன்று முரணாக வெளிப்படுத்தல்

தொடர்களை அமைக்கும்போது ஒரு சொல்லை மற்றொரு சொல்லுக்கு நேர் எதிரான பொருளில் அடையாகக் கொடுத்தும் வெளிப்படுத்தலாம். இதை *oxymoron* என்று ஆங்கிலத்தில் கூறுவார்கள். 'வேற்றுமையில் ஒற்றுமையைக் காண்பது', 'ஒரு சிறிய கூட்டம்','கோரத்தனமான அழகு' என்று கூறும் தொடர்கள் தங்களுக்குள்ளே முரணான பொருளைத் தருவதைக் காணலாம். 'அத்தைக்கு மீசை முளைத்தது போல' என்று கூறும் பழமொழியும் ஒன்றுக்கொன்று முரணாக வரும் உத்தியே. இத்தகைய முரணான தொடர்களையும் நாம் காண்கிறோம்.

> செஞ்ஞாயிற்று நிலவு வேண்டினும்
> வெண்டிங்களுள் வெயில் வேண்டினும்
> வேண்டியது விளைக்கும் ஆற்றலை ஆகலின்... (புறம். 38:7-8)

என வரும் புறநானூற்றுப் பாடலில் 'செஞ்ஞாயிற்று நிலவு', 'வெண்டிங்களுள் வெயில்' என வரும் தொடர்கள் ஒன்றுக்கு ஒன்று முரணான பொருளைத் தருகின்றன. இப்படி என்றுமே இயலாததையும் தரக்கூடிய ஆற்றல் என்னும் மிகைப்படுத்தப்பட்ட பொருளை வெளிப்படுத்துவதற்காக இத்தகைய ஒன்றுக்கொன்று முரணான தொடர்களைப் பயன்படுத்துகிறது இப்பாடல். இவ்வகைத் தொடர்களை, "இனச்சுட்டில்லாப் பண்புகொள் பெயர்க்கொடை," என்று கூறும் தொல்காப்பியர் இதனைப் பொதுவழக்கில் கொடுக்க முடியாது எனவும் அவை செய்யுளிலேயே வரும் எனவும் கூறுகிறார்.

இனச்சுட்டில்லாப் பண்புகொள் பெயர்க்கொடை
வழக்கா றல்ல செய்யு ளாறே (தொல்)

கசப்பை இனிப்பெனவும் குளிரை வெப்பமெனவும் கூறல்

அளவுக்கதிகமான காதல், நட்பு போன்ற உணர்வுகளின் தன்மையை மிகைப்படுத்திக் காட்டும்போது ஒன்றுக்கொன்று எதிர்மறையான பொருள்களைத் தரும். பின்வரும் குறுந்தொகைப் பாடலில் தலைவன் தலைவியின் அன்புக்கு அடிமையான சூழலில் அவன் கசப்பை இனிப்பு எனவும் குளிரை வெப்பம் எனவும் கூறுவானாம். இங்குக் கூற வரும் கருத்தின் ஆழத்தை விளக்க இப்படி எதிர்மறைப் பொருளைப் பயன்படுத்தியிருப்பது குறிப்பிடத்தக்கது.

வேம்பின் பைங்காய் என் தோழி தரினே
தேம்பூங் கட்டி என்றனிர் இனியே
பாரி பறம்பில் பனிச்சுனைத் தெண்ணீர்
தைஇத் திங்கள் தண்ணிய தரினும்
வெய்ய உவர்க்கும் என்றனிர்
ஐய அற்றால் அன்பின் பாலே. (குறு. 196)

'வேம்பின் இளம்பிஞ்சு ஒன்றை என் தோழி கொடுத்தால் அதை வெல்லக்கட்டி என்று கூறினீர்கள். பாரியின் பறம்பு மலையிலிருந்து சுரக்கும் குளிர்ந்த பனிச்சுனை நீரைக் கொடுத்தால் அது மிகவும் வெப்பமாக இருக்கிறது என்று கூறினீர். இது உங்களுக்குத் தலைவிமேல் இருக்கும் அளவுக்கதிகமான அன்பின் காரணத்தினால்தான்.' அளவுக்கு அதிகமான அன்பை வெறுப்போடு வெளிப்படுத்துவதும் இத்தகைய பண்பிலேயே அடங்கும். இலக்கியங்களிலோ அன்றாட வாழ்விலோ இவை அனைத்தும் மிகவும் ஆழ்ந்த ஈர்ப்புத்தன்மையைத் தருவனவாகவே இருக்கின்றன.

இலக்கியத்துக்கு மெருகூட்டும் பெயரடைகள்

எந்த ஒரு மொழியிலும் பெயரடை, வினையடைகளைச் செறிவாகப் பயன்படுத்துவது என்பது சிறந்த உத்தியாகக் கருதப்படுகிறது. தமிழிலும் பெயரடைகள், வினையடைகள் ஆகியன இலக்கியங்களின் சிறப்புக்கு வழிவகுக்கின்றன என்பது உண்மையே. 'நரிக்குணம் கொண்டவன் அவன்', 'சகுனி வேலை', 'புலிப் பாய்ச்சல்', 'அன்ன நடை', 'புயலென வந்தான்', 'மின்னலெனப் பாய்ந்தான்' போன்ற தொடர்களில் உவமைகளாகப் பயன்படுத்தப்பட்டிருக்கும் பெயரடைகள் இச்சொற்களுக்குப் புதுப்பொலிவு கொடுக்கின்றன. குறிப்பாக ஒரு பெயரின் பொதுப்பண்பை மற்றொரு பெயருக்கு உவமையாக்கும்போது அத்தொடர்கள் மெருகேறுகின்றன. இலக்கியங்களில் மனித உறுப்பாக இருக்கட்டும், ஓர் இடமாக இருக்கட்டும் அல்லது

ஒருவரின் செயலாக இருக்கட்டும் இவை அனைத்தையும் கவிஞர்கள் பல்வேறு கோணங்களில் பல அடைகளைப் பயன்படுத்திப் பாடல்களை மெருகேற்றியிருக்கிறார்கள். ஒரே சொல்லைச் சங்க இலக்கியங்களிலும் பக்தி இலக்கியங்களிலும் எவ்வாறு பயன்படுத்தியிருக்கிறார்கள் என்பதை நோக்கும்போது சில முக்கிய வேறுபாடுகளை அறியலாம்.

உடல் உறுப்புகளாகிய தோள், மார்பு போன்றவை வீரத்தையும் அழகையும் புனிதத்தையும் வெளிப்படுத்தப் பல்வேறான அடைகள் பயன்படுத்தப்பட்டுள்ளன. தொடித்தோள், பணைத்தோள், மென் தோள், பெருந்தோள், நெகிழ்தோள், திண்தோள், அடுதோள், நறுந்தோள், நல்தோள், நிமிர்தோள், மெல்தோள், நயந்தோள், முழவுத்தோள், வீங்குதோள் எனத் தோளைப் பலவகைப் பெயரடைகளைக் கொண்டு புனைந்திருப்பதைக் காணலாம். இத்தோடு வேய் நலம் இழந்த தோள், தொடி செறிந்த தோள், எழு உறழ் திணி தோள், நெடு மென் தோள், நெடிய திரண்ட தோள், நெடு மென் பணைத்தோள் என அடைகளின் அடுக்கிலும் தோளின் சிறப்பைச் சில பாடல்கள் விளக்கும். இவை பெரும்பாலும் தோளின் வலிமையைக் காட்டுவனவாகவும் சிலவற்றில் அழகைக் காட்டுவனவாகவும் வருவதைக் காண்கிறோம். இவற்றில் பெரும்பாலான அடைகள் சங்க, பக்தி இலக்கியங்களில் ஒரே மாதிரி கையாளப்பட்டிருக்கின்றன.

இப்படியே மார்பு என்னும் பெயரின் அடைகளை நோக்கும்போது அகலம், பரந்தத் தன்மை போன்ற பண்புகளை வெளிப்படுத்துகின்றன. ‘அலர் மார்பு,’ ‘கூர் உகிர் சாடிய மார்பு,’ ‘தண் கமழ் வியல் மார்பு,’ ‘வெறி கொள் வியல் மார்பு,’ ‘கமழ் மார்பு,’ ‘கொலை ஏற்றுக் கோடு குறி செய்த மார்பு,’ ‘மலையொடு மார்பு அமைந்த செல்வன்’ போன்ற தொடர்களில் பெரும்பாலும் வீரத்தையும் திறனையும் குறிக்கும் பொருள்களில் இவை வந்திருப்பதைக் காணலாம். ஆனால் பக்தித் தமிழில் இச்சொல்லை அழகையும் புனிதத்தையும் குறிக்கப் பயன்படுத்தியுள்ளனர். ‘தோளூந் திருமார்பு நீங்கா,’ ‘மாய மலர் மார்பு,’ ‘வான் தோய் வெற்பன் மார்பு,’ ‘ஒளி மணி மார்பு,’ ‘பூண்கிளர் வியன்மார்பு,’ ‘நீறு அணி மார்பு’ எனும் தொடர்களில் தோளின் அழகையும் புனிதத்தையும் தெரிவித்திருப்பதை அறிகிறோம். இவ்வகையில் சங்க இலக்கியங்களிலும் பக்தி இலக்கியங்களிலும் தோள் எனும் சொல் உறுதி, திறன் ஆகியவற்றுக்கு ஆகுபெயராக வந்துள்ளன. ஆனால் மார்பு எனும் சொல் உறுதி, திறன் ஆகிய பொருள்களுக்கும் சில இடங்களில் அழகுக்கும் சங்க இலக்கியங்களில் பயன்படுத்தியுள்ளமையைக் காண்கிறோம். பக்தி இலக்கியங்களிலோ ‘உறுதி’ எனும் பொருள் நீக்கப்பெற்று ‘அழகு’,

'புனிதம்' ஆகிய பொருள்களுக்கே பயன்படுத்தப்பட்டுள்ளமை நோக்கத்தக்கது. இக்குறிப்பிட்ட பண்பு, சங்ககாலத்தினின்று பக்திக்காலத்துக்கு வந்தபோது ஏற்பட்ட மாற்றம் ஆகும். வீரன், புனிதன் என்ற இந்த இரண்டு வெவ்வேறுபட்ட பண்பாடுகளில் உடலுறுப்புகளை எப்படி இலக்கியங்களில் வெவ்வேறாகக் கண்டுள்ளார்கள் என்பதற்கு இது ஓர் எடுத்துக்காட்டு. மொழி மட்டுமல்ல! இலக்கியம், பண்பாடு, உட்கருத்துகள் எனப் பல மாற்றங்கள் சங்ககாலத்திலிருந்து பக்திக்காலத்துக்கு மாறியுள்ளன. வீரத்தையும் போர்த்திறமையையும் போற்றிப் புகழ்ந்த சங்க காலத்திலிருந்து புனிதத்தையும் இறைத்தன்மையையும் பெரிதென போற்றிப் புகழ்கின்ற காலத்துக்கு மாறியபோது ஏற்பட்ட மாற்றங்களாக இவற்றைக் கருதவேண்டும்.

மேலும் சங்கத் தமிழிலும் பக்தித் தமிழிலும் பயன்படுத்தப்பட்டு வந்த பல பெயரடைகள் இன்று வழக்கில் இல்லை. 'வெம்', 'தண்,' 'தீம்,' 'நறு' போன்ற பெயரடைகள் பண்டைத் தமிழ் இலக்கியங்களில் நிறைய வருகின்றன. ஆனால் இவை முறையே 'வெந்நீர்,' 'தண்ணீர்,' 'தீம்பால்,' 'நறுமணம்' ஆகிய கூட்டுச்சொற்களாகவே இக்காலத்தில் பயன்படுகின்றன. இவ்வகைச் சொற்கள் பரவலாக வழக்குக்கு வந்தமைக்கும் இந்தப் பெயரடைகள் இன்று வழக்கிழந்தமைக்கும் தொடர்பு இருக்குமா என்பது ஆய்ந்தறியப்பட வேண்டிய ஒன்று.

வெம்பரல், வெம்புறம், வெம்பகை, வெம்சினம், வெம்போர், வெம்மலை, வெம்முனை, வெம்பகல், வெம்பசி, வெம்கனல், சிங்க வெம்கணை, வெம்மழு போன்ற சொற்களில் வெம் எனும் அடைச்சொல் பரவலாக உள்ளது. இவை வழக்கிழந்தமையை அல்லது அருகிவருவதற்கான காரணத்தை அறியவேண்டியது அவசியம். வெம்மை, வெக்கை போன்ற சொற்களில் இவ்வடை இணைந்து வருவதற்கும் அது வழக்கிழந்ததற்குமான தொடர்பை அறிய வேண்டும். இங்ஙனமே தண்பறை, தண்கமழ் சோலை, தண்பொழில், தண்மழை, தண்பனி, தண்பெயல், தண்நிலம், தண்டாமரை, தண்கழனி, தண்புனல், தண்சடை, தண்ணிதழ், தண்மதி, தண்டமிழ், தண்ணருஞ்சடைமுடி எனத் தண் எனும் பெயரடை பண்டைத் தமிழ் இலக்கியங்களில் உண்டு. ஏன் 'தண்' எனும் பெயரடை இன்று வழக்கிழந்து 'தண்ணீர்' எனும் சொல்லில் மட்டும் பயன்படுகிறது? இதற்கான விடையை அறிந்தால் ஏன் சங்கத்தமிழ், பக்தித்தமிழ், இக்காலத்தமிழ் எனப் பிரித்தறிகிறோம் என்பதற்கான சரியான காரணம் விளங்கும். இங்கு அடை பொருள் வழக்கிழந்து பொதுச்சொல்லாக மாறிவிட்டது. அதனால் அதே பொருளைக் குறிக்க 'பச்சைத் தண்ணீர்' எனப் பேச்சு வழக்கில் பயன்படுத்துகிறோம். 'பச்சை' என்னும் சொல் 'பதப்படுத்தாத' என்ற பொருளைத் தருகின்றது.

மொழிநடைகளும் வழக்கிழக்கும் சொற்களும்

வெம், தண், தீம், நறு ஆகியன இன்று, குறிப்பாகப் பேச்சுத்தமிழில் வழக்கிழந்துள்ளமைக்கு முக்கியக் காரணம் என்ன? ஒரு சில சொற்கள் பிரபலமடையும்போது அச்சொற்களோடு தொடர்புகொண்ட பிற சொற்களும் பொருளும் வழக்கிழக்க வாய்ப்புள்ளன என அரங்கநாதன் (2010) குறிப்பிடுகிறார். தண்ணீர், வெம்மை, வெந்நீர், நறுமணம், தீம்பால் எனும் சொற்கள் பிரபலமானபோது இவற்றுடன் தொடர்பு கொண்ட பண்படைப் பொருள் வழக்கிழந்துள்ளன என்பது அரங்கநாதன் தனது ஆய்வில் கூறும் செய்தியாகும். ‘முடியும்’ எனும் சொல் பிரபலமானபோது இதனுடன் தொடர்புள்ள ‘இயலும்’, ‘கூடும்’, ‘வல்ல’ போன்ற சொற்கள் வழக்கிழந்துள்ளன. இதனால் ‘தண்’ எனும் பெயரடையை இக்காலத்தமிழில் எங்கும் பயன்படுத்தவில்லை எனக் கூறமுடியாது. இலக்கியத் தமிழ், இலக்கியப் பேச்சு எனும் ஒரு சில குறிப்பிட்ட வகையில் இது போன்ற சங்ககாலப் பெயரடைகளையும் சொற்களையும் பயன்படுத்த முடிகிறது. ஆனால் அவற்றை உடனே புரிந்துகொள்வோர் பெரும்பாலும் இலக்கியவியலாளர்களாகவே இருப்பார்கள். பாமரர்கள் எளிதில் புரிந்துகொள்ள வாய்ப்பில்லை எனலாம். இவ்வகையில் அன்றாடப் பேச்சு வழக்கு, சிக்கல்கள் இல்லாத எளிதில் புரிந்து கொள்ளும் வகையிலான பிரபல நடையைக் கொண்டது என்று கருதவேண்டும். இந்நடையில் பல சங்ககால வழக்குகள் மறைந்துள்ளன என்பது உண்மையே. ‘இக்காலத்தமிழ்’ என்னும் நடையை நாம் பேச்சுத்தமிழ், இலக்கியத்தமிழ், உரைநடைத்தமிழ், நாடகத்தமிழ், கவிதைத்தமிழ் போன்ற பல நடைகளிலும் அறிகிறோம். ஆனால் ‘பக்தித்தமிழ்’, ‘சங்கத்தமிழ்’ என்னும் காலத்தால் பின்படுத்தப்பட்ட நடைகளை நாம் ‘இலக்கியத்தமிழ்’ என்னும் ஒரே நடையில்தான் காண்கிறோம். இந்நடையோடு வளர்ந்துவந்த மற்ற பேச்சுத்தமிழ் போன்ற நடைகளை அறிய நாம் கல்வெட்டு, ஓலைச்சுவடி போன்ற வரலாற்று ஆவணங்களையே நாடவேண்டியிருக்கிறது. இலக்கியங்களைத் திறனாயவு செய்யும்போது இந்த உண்மையையும் மனத்தில் கொள்ளவேண்டும்.

உள்ளுறைப்பொருளும் வெளிப்படைக் கூற்றும்

உள்ளொன்று வைத்துப் புறமொன்று கூறுதல் என்பது பேச்சுவழக்கிலும் இலக்கியங்களிலும் மிகவும் பழக்கப்பட்ட ஒன்று. “குப்புற விழுந்தாலும் மீசையில் மண் ஒட்டவில்லை என்பான்”, “இராமன் ஆண்டால் என்ன? இராவணன் ஆண்டால் என்ன?” என்பன போன்ற பல தொடர்கள் பல

சூழல்களில் பயன்படுத்தப்பட்டு வருகின்றன. இத்தொடர்கள் கூறும் உள்ளுறைப்பொருள் சூழலுக்குத் தகுந்தவாறு வெவ்வேறு கருத்தைக் கொண்டனவாக இருக்கும். இங்ஙனமே இலக்கியங்களிலும் ஒன்றைக் கூறி மற்றொன்றை உள்ளுறைப் பொருளாகக் கூறியிருப்பதைப் பல பாடல்களில் காணலாம். பெரும்பாலானவற்றில் உவமைகளையும் இயற்கையை வர்ணித்துப் பயன்படுத்தும் உத்திகளையும் மனித வாழ்வின் பிரதிபலிப்பாகக் காணவேண்டுமே தவிர, அவை காரணம் எதுவும் இல்லாமல் கையாளப்படுத்தப்பட்டிருக்கின்றன என்று கொள்ளுதல் இயலாது.

எடுத்துக்காட்டாக, பின்வரும் கபிலர் எழுதிய குறுந்தொகைப் பாடலில் தலைவி பெருமழையை நோக்கித் தன்னுடைய வருத்தத்தைத் தெரிவிக்கிறாள். "ஏன் மழையே இப்படி எங்களைத் துன்புறுத்துகிறாய்? மலைகள் நிறைந்த எங்கள் குக்கிராமத்தை எப்படித் தெரிந்துகொண்டு எங்களை இப்படி வாட்டி வதைக்கிறாய்? நாங்கள் துன்புறுவது உனக்குத் தெரியவில்லையா?" என மழையை நோக்கித் தலைவி கூறுவதாக இப்பாடல் அமைகிறது. இக்கருத்தை உள்ளுறை உவமமாகக் கொண்டாலொழிய இப்பாடலையும் இயற்கையை மனிதவாழ்வோடு இணைக்க முயலும் கவிதை உத்தியையும் நம்மால் அறிந்துகொள்ள முடியாது.

பெயல்கண் மறைத்தலின் விசும்புகா ணலையே
நீர்பரந் தொழுகலின் நிலங்கா ணலையே
எல்லை சேறலின் இருள்பெரிது பட்டன்று
பல்லோர் துஞ்சும் பானாட் கங்குல்
யாங்குவந் தனையோ ஓங்கல் வெற்ப
வேங்கை கமழுமெஞ் சிறுகுடி
யாங்கறிந் தனையோ நோகோ யானே.

–கபிலர். (குறுந். 355)

"மழை பெய்து மறைத்தலால் வானம் தெரியவில்லையே! தண்ணீர் எங்கும் நிறைந்திருப்பதால் நிலத்தைக் காணமுடியவில்லையே! இந்தப் பெரிய இருளில் எல்லா எல்லைகளும் ஒன்றுசேர்ந்தது போல் இருக்கின்றனவே. இந்த நடுஇரவில் எல்லோரும் உறங்குகிறார்கள். ஏன் இங்கு வந்தாய் (மழையே!)? இந்த மலைகள் சூழ்ந்த வேப்பம் மரத்தின் இலைகளின் நறுமணங்கொண்ட இந்தச் சிறிய ஊரைப் பற்றி எப்படி நீ தெரிந்துகொண்டாய்? நான் மிகவும் துயருற்றிருக்கிறேன்."

தோழி கூறுவது மழையைப் பற்றிய நேரடிப்பொருளாக இருக்கலாம். ஆனால் தோழி கூறுவதால் இதற்கு உள்ளுறைப் பொருள் வேறொன்றாக இருக்கவேண்டும். தலைவியை விட்டுப் பிரிந்த தலைவன் திடீரெனத் தலைவியைக் காண இரவோடு

இரவாக வரும்போது தோழி மிகவும் வருத்தமுற்று மழையின் கொடுமை போலத் தலைவனின் வருகை மனத்தை வாட்டி வதைக்கிறது என இப்பாடலைப் பாடுவதாக எடுத்துக்கொள்ள வேண்டியிருக்கிறது. இதன் உள்ளுறைப்பொருளை அறிவது என்பது இலக்கியத்தைக் கூர்ந்து அறிவோரின் திறமையைப் பொருத்ததாகும். இவ்வகை இலக்கியங்களை, எழுதியவர்களுக்கும் நன்கு படித்து உணர்ந்தவர்களுக்குமே இப்படியான உள்ளுறைப்பொருள் அறியவரும் என்றால் அது மிகையாகாது.

சொற்களின் சந்தமும் இலக்கிய உத்தியும்

ஒரே சொல்லை வேற்றுமை விகுதியைப் பயன்படுத்தியோ வெவ்வேறு இலக்கண நிலையில் பயன்படுத்தியோ சந்தத்தின் அடிப்படையில் பாடலை அமைப்பதுவும் இலக்கிய உத்திகளில் ஒன்றே. இப்பண்பைச் சொற்பொருள் பின் வருநிலை அணி என்று தமிழ் இலக்கணங்கள் கூறும். தொல்காப்பியம் 'ஏந்தல் வண்ணம்' (செய்யுளியல் 229) என்றும் தண்டியலங்காரம் 'மடக்கு' (94) என்றும் கூறும். இத்தகைய உத்தியைச் சில குறள்களில் காண முடிகிறது.

> துப்பார்க்குத் துப்பாய துப்பாக்கித் துப்பார்க்குத்
> துப்பாய தூஉம் மழை. (குறள்.12)

துப்பு எனும் சொல் உணவு எனும் பெயரின் அடிப்படையில் கொடுக்கப்பட்ட இப்பாடலில் கொடை வேற்றுமை உருபையும் (துப்பார்க்கு), வினையடையையும் (துப்பாக), கூட்டுவினையையும் (துப்பு ஆக்கி) பயன்படுத்தி எழுதியதோடல்லாமல் இச்சொல்லுக் கேற்ற 'தூ' எனும் வினையடியையும் பயன்படுத்தியிருப்பது நோக்கத்தக்கது. 'துப்பார்' எனும் பெயரை 'உணவை உண்பவர்கள்' எனும் பொருளில் திருவள்ளுவர் பயன்படுத்தியிருப்பது இக்குறிப்பிட்ட இலக்கிய உத்திக்காகவே! "உணவை உண்பவர் களுக்கு உணவாக ஆகி உணவாகப் பொழிகிறது மழை," என்னும் பொருளைக் கொடுப்பது சந்தத்தின் உத்தியில் எழுதப்பட்டதாகும். பெரும்பாலான குறள்களில் முதலடி உவமையாகவும் இரண்டாவது அடி உவமேயமாகவும் வரும் நிலையில் இக்குறள் இதற்கு விலக்காகும். இதே உத்தியில் எழுதப்பட்டது பின் வரும் குறளுமாகும்.

> இடும்பைக்கு இடும்பை படுப்பர் இடும்பைக்கு
> இடும்பை படாஅ தவர். (குறள் 623)

இடும்பை எனும் சொல் துன்பம் எனும் பொருளின் அடிப்படையில் இக்குறள் கொடை வேற்றுமை விகுதியையும் 'இடும்பைப் படு' எனும் கூட்டுவினையையும் வெவ்வேறாகப் பயன்படுத்துகிறது.

துன்பத்தைக் கண்டு துன்பப்படாதவர்கள் துன்பத்துக்கே துன்பம் விளைவிப்பவர்களாக இருப்பார்கள் என்ற பொருளில் வரும் இக்குறளின் அடிகளை அன்வயப்படுத்தி அறியவேண்டும்.

திருமூலரின் திருமந்திரத்திலும் இவ்வகையான சந்தத்தைப் பயன்படுத்தி எழுதப்பட்ட பாடல்கள் சிலவற்றை நாம் காண முடிகிறது.

அவனும் அவனும் அவனை அறியார்
அவனை அறியில் அறிவானும் இல்லை
அவனும் அவனும் அவனை அறியில்
அவனும் அவனும் அவனிவன் ஆமே. (திருமந். 1789)

அவன் எனும் சொல் வெவ்வேறு வேற்றுமை உருபுகளோடு பயன்பட்டிருக்கும் இப்பாடலைப் பற்றி அறிந்துகொள்ள திருமூலரின் சமயக்கோட்பாடுகள் உதவுகின்றன. 'அவன்' என்னும் சொல்லை ஒருவரின் உள் மனம், வெளி மனம், இறைச் சக்தி ஆகியவற்றுக்கு ஆகுபெயராகக் கொண்டால், இப்பாடலின் பொருளைப் புரிந்துகொள்ள இயலும். "உள் மனமும் வெளி மனமும் தன்னுள்ளே இருக்கும் இறைச் சக்தியை அறியாது. அப்படி அறிந்தவர்கள் யாரும் இல்லை. அப்படி ஒருவர் தன்னுள் இருக்கும் இறைச் சக்தியைத் தெரிந்துகொண்டால், அவர் இறைச் சக்தியோடு இணைந்து அவ்விருவரும் ஒருவராக ஆவார்கள்," எனும் பொருளில் கொடுக்கப்பட்ட இப்பாடல் 'அவன்,' 'அறி' எனும் சொற்களின் சந்தத்தின் அடிப்படையில் எழுதப்பட்டிருப்பது குறிப்பிடத்தக்கது.

கற்பனை நயமும் இலக்கிய உலகும்

இலக்கியவாதி இவ்வுலகைக் காண்பதும் சாதாரண மனிதன் இவ்வுலகைக் காண்பதும் வெவ்வேறானதாகும். இலக்கியவாதி கற்பனைத் திறன்கள் பலவற்றை இணைத்துப் படிப்போரின் மனத்தில் உலகைப் பற்றிய புதிய வடிவத்தை ஏற்படுத்துவான். ஆங்கில இலக்கியங்களிலும் ஏனைய இலக்கியங்களிலும் இத்தகையப் பண்பைப் பலவாறு காணலாம்.[10] கற்பனை நயத்தை அழகு, ஒலி, வடிவம் எனப் பல நிலைகளில் காணலாம். பின்

---

10. 'ரோமியோ ஜூலியட்'டில் ஷேக்ஸ்பியர், ரோமியோ ஜூலியட்டின் அழகை வர்ணிக்கும்போது அவளுடைய அழகு ஒளி விளக்குகளை இன்னும் அதிகமாக ஒளிவிடவேண்டும் என்று கட்டாயப்படுத்துகிறது என்கிறான். அவளுடைய கன்னங்கள் ஈத்தோப்பியர்களின் காதுகளில் தொங்கும் பளபளக்கும் நகைகளின் ஒளியை மிஞ்சுகின்றன என்கிறான்.

"O, she doth teach the torches to burn bright!
It seems she hangs upon the cheek of night
Like a rich jewel in an Ethiope's ear;" (Act I, Scene V)

வரும் பரிபாடலில் கற்பனையைப் பல்வேறு நிலைகளில் எழுதியிருப்பதை அறிகிறோம்.

> கருவி ஆர்ப்ப கருவிநின்றன குன்றம்
> அருவி ஆர்ப்பமுத்து அணிந்தன வரை
> குருவி ஆர்ப்ப குரல்குவிந்தன தினை
> எருவை கோப்ப எழில்அணி திருவில்
> வானில் அணித்த வரிஊதும் பன்மலரால்
> கூனிவளைத்தசுனை. (பரி. 18:45–50 – பாடியவர்: குன்றம்பூதனார்)

"கருவிகளின் ஒலி குன்றுகளே ஒலியிட்டு அதிர்வதாக இருக்கிறது. அருவி ஒலியோடு விழுவது மலையே முத்துமாலையை அணிந்திருப்பதாக இருக்கிறது. குருவிகளின் ஒலி சோலை ஒலியிட்டுக் குவிந்திருப்பதாக இருக்கிறது. இக்காட்சி, வளைந்து இருக்கும் வானவில்லின் அழகை வண்டுகள் ஊதியபடி இருக்கும் பல்வகை மலர்களால் இச்சுனையும் பெற்றது போலிருக்கிறது."

இவ்வகையில் இப்பாடல், சுனைகளும் அருவியும் குன்றமும் நிறைந்த சூழலைக் கவிஞனின் கற்பனைத் திறத்துக்கேற்ப மனத்துள் எண்ணிப்பார்க்கும் நிலையை ஏற்படுத்துகிறது. குன்றுகள் ஒலியிட்டு அதிர்வதும் மலைகள் முத்துமாலையை அணிந்திருப்பதும் சோலை ஒலியிட்டுக் குவிந்திருப்பதும் சுனைகள் வானவில்லின் அழகைப் பெற்றிருப்பதும் கவிஞனின் கற்பனைத் திறன். இக்காட்சிகளுக்கு நாம் நம் மனத்தில் தனி உருவம் கொடுத்து அத்தகைய உலகை வேறாக எண்ணிப்பார்க்கலாம்.

தேனீ, தேன், மலர்; தலைவன், தலைவி; பக்தன், இறைவன் – இலக்கியச் சூழல்

சங்ககாலப் பாடல்களில் கையாளப்பட்ட கருத்துகள் பல, சங்கத்தைத் தொடர்ந்து வந்த இறைவழி இலக்கியங்களிலும் பயன்படுத்தப்பட்டு வந்துள்ளன. அவற்றில் ஒன்றே காலங்காலமாகப் பயன்பட்டு வரும் தேனீ, தேன், மலர்களை வைத்து ஏற்படுத்திய கற்பனை நயங்கள். இதுவும் சங்கத்துக்கும் சமயத்துக்கும் பொதுவான பல சூழல்களில் ஒன்று.

மலர்கள் மகரந்தத் தூளைக் காற்றில் மிதக்கவிட்டுத் தன்னிடம் இருக்கும் தேனைப் பருகத் தேனீக்களுக்கு அழைப்புவிடுக்கின்றன. அவ்வழைப்பை ஏற்றுத் தேனீக்கள் தேனைப் பருகுகின்றன. 'தாது ஊது' என்னும் பொருளில் இவ்வுண்மையைப் பல சங்கப் பாடல்களில் காண்கிறோம். தேனைப் பருகும் தேனீக்கள் ஒவ்வொரு மலராகச் செல்லும்போது இம்மகரந்தங்களையும் தங்களோடு கொண்டுசென்று மற்ற மலர்களில் தூவி மகரந்தச் சேர்க்கை ஏற்பட வழிவகுக்கின்றன. இவ்வியற்கைக் கோட்பாட்டைத் தமிழ்ப்

புலவர்கள் சங்கப்பாடல்களிலும் இறைவழிப் பாடல்களிலும் பயன்படுத்தத் தவறவில்லை. சங்ககாலத்தின் அகப்பாடல்கள் பலவற்றில் இக்கற்பனை நயத்தைப் பார்க்கலாம். அங்குத் தலைவி மலருக்கும் தேனீக்கள் தலைவனுக்கும் உவமையாகிறார்கள். இதன் வழி பக்தி இலக்கியங்களில் இறைவனை மலராகவும் தேனீக்களைப் பக்தர்களாகவும் காண்கிறோம். பின்வரும் நற்றிணைப் பாடலும் திருமுருகாற்றுப்படை பாடலும் இக்கருத்தை விளக்குகின்றன.

> நின்ற சொல்லர் நீடுதோறு இனியர்
> என்றும் என் தோள் பிரிபு அறியலரே
> தாமரைத் தண் தாது ஊதி மீமிசைச்
> சாந்தில் தொடுத்த தீம் தேன் போல
> புரைய மன்ற புரையோர் கேண்மை
> நீர் இன்று அமையா உலகம் போலத்
> தம் இன்று அமையா நம் நயந்தருளி
> நறு நுதல் பசத்தல் அஞ்சிச்
> சிறுமை உறுபவோ செய்பு அறியலரே (நற். 1).

“எனது இனிமையானவர் என்றும் என் தோளை விட்டுப் பிரியமாட்டார். தாமரை குளுமையான தாதுக்களை ஊதித் தெளிக்கும் சாந்தில் ஊறிய தீம் தேன் போல மேன்மைக் குணம் கொண்டது அவருடனான என் உறவு. நீர் இல்லாமல் உலகம் இருக்காது; அது போலவே அவர் இல்லாமல் நான் இல்லை. மிகவும் நயமான குணம் கொண்டவர். ஒரு வேளை அவர் என்னைப் பிரிய நேர்ந்தால் பளபளக்கும் என் நெற்றியில் பசலை பிடிக்கும் என்று நான் அஞ்சுவேனோ? என்ன செய்வதென அறியேன்!” என்கிறாள் இந்த நற்றிணைப் பெண்.’

குளிர்ந்த மகரந்தத் தாதுவைக் காற்றில் அதிகமான அளவில் பறக்கவிடும் நிலையில் சுவையான தேனைக் கொண்ட மலராகிய எனது உறவைப் பெற்றவர் மேன்மை மிகுந்த (புரையோர்) அவர் என்று வரும் இப்பாடல், தலைவனை மலரை நாடிய வண்டாக உருவகப்படுத்துகிறது.

‘வண்டுபடு’ எனும் வினைவழி பல சங்கப்பாடல்களில் பயன்படுத்தப்பட்டுள்ள கருத்து, வண்டு மலர்களில் தேனைப் பருகும் நிகழ்வையும் அந்நேரத்தில் ஏற்படும் மகரந்தச் சேர்க்கையையும் தலைவன் தலைவியோடு கூடுதற்கு உள்ளுறை உவமமாகக் காட்டுகிறது. இக்கருத்தை வலிவுறுத்துவதாகப் பின்வரும் ஐங்குறுநூற்றுப் பாடலில் வண்டு தேனைத் தெவிட்டப் பருகும் நிகழ்வுக்கும் தலைவன் தலைவியை நாடி வந்ததற்கும் இணையாகிறார்கள்.

> வண்டுதா தூதத் தேரை தெவிட்டத்
> தண்கமழ் புறவின் முல்லை மலர

வின்புறுத் தன்று பொழுதே
நின்குறி வாய்த்தனந் தீர்கினிப் படரே (ஐங். 494)

"பொழுது ஊதச் செய்து வண்டுகள் மலர்களில் தேனைத் தெவிட்டப் பருகியிருக்க, குளிர்ந்த நறுமணம் கமழ்ந்து மலர்ந்த முல்லைப் பூக்கள் மலரும் இடத்தில் இன்புறும் பொருட்டு உன் மனது அறிந்தும் உனது பருவ விருப்பம் அறிந்தும் தப்பாது இங்கு வந்தோம்."

மாடமலி மறுகின் கூடற் குடவயின்
இருஞ்சேற்று அகல்வயல் விரிந்துவாய் அவிழ்ந்த
முட்டாள் தாமரைத் துஞ்சி வைகறைக்
கட்கமழ் நெய்தல் ஊதி எற்படக்
கண்போல் மலர்ந்த காமர் சுனைமலர்
அஞ்சிறை வண்டின் அரிக்கணம் ஒலிக்கும்
குன்றமர்ந்து உறைதலும் உரியன் ; அதாஅன்று (திருமுரு. 71–75)

இப்பாடலில் தாமரை மலரையும் அவற்றைச் சூழ்ந்த வண்டுகளையும் முருகப் பெருமானை நாடிவந்த பக்தகோடி களுக்கான உள்ளுறை உவமையாகவே கொள்ளவேண்டும்.

'மாடங்களும் குன்றுகளும் நிறைந்துள்ள இடத்தின் சூழலில் சேற்று வயல்களில் மொட்டுகளாகத் துஞ்சிய தாமரைமலர்கள் வைகறைப்பொழுதில் நெய்தல் காற்றில் கண்களைப் போல மறுபடியும் மலர்கின்றன. அப்பொழுது அஞ்சிறை வண்டுகள் அங்கு வந்து ரீங்காரம் செய்கின்றன. அத்தகைய சூழலிலுள்ள குன்றில் உரைகிறான் முருகப் பெருமான்.'

'தாமரைத் தண்தாது ஊதி மீமிசைச் சாந்தில் தொடுத்த தீம் தேன்,' போல முருகன் திகழ 'அஞ்சிறை வண்டென அரிக்கணம் ஒலித்து' பக்தர்கள் இறைவனின் கேண்மைக்கென 'நீடுதோறு இனியராகத்' திகழ்கின்றனர். அக்கேண்மை (அவ்வுறவு) கிட்டவில்லையெனில் பக்தர்களின் 'நறு நுதலும் பசத்திடுமன்றோ' என அஞ்சுவர். தேனீக்களையும் மலர்களையும் தேனையும் உவமைப் பொருட்களாகக் கொண்டுள்ள இப்பாடல்கள் அகஇலக்கியங்களுக்கும் இறைவழி இலக்கியங்களுக்கும் இடையேயான நெருங்கிய தொடர்பை வலியுறுத்துகின்றன. இக்கருத்திலேயே, பின் வரும் ஒன்பதாம் திருமுறையின் கருவூர்த்தேவர் அருளிய திருக்கீழ்க்கோட்டூர் மணியம்பலம் திருவிசைப்பாவில் மலர்களிலிருந்து வரும் மகரந்தத் துகள்களின் வழி வரும் வண்டினை நோக்கிக் கூறுவதாக வருகிறது.

திருநுதல் விழியும் பவளவாய் இதழும்
திலகமும் உடையவன் சடைமேல்
புரிதரு மலரின் தாதுநின்(று) ஊதப்
போய்வருந் தும்பிகாள் ! இங்கே

கிரிதவழ் முகலின் கீழ்த்தவழ் மாடம்
கெழுவுகம் பலைசெய்கீழ்க் கோட்டூர்
வருதிறல் மணியம் பலவளைக் கண்(டு)என்
மனத்தையும் கொண்டுபோ துமினே. 3 (திருவிசை. 103)

'அழகான நெற்றியினிடையே இருக்கும் விழியும் பவளம் போன்ற இதழும் திலகமுமுடைய சிவனின் சடைமேல் இருக்கும் மலரிலிருந்து ஊதப்பெற்ற மகரந்தத் தாதுவை நோக்கிப் போய்வரும் வண்டுகளே! மலைகளின் மீது தவழ்கின்ற மேகத்தின் கீழே தவழும் மாளிகைகளில் மக்களின் ஆடல் பாடல்களினால் மிகுந்த ஒலிகள் பொருந்திய திருக்கீழ்க்கோட்டூர் என்னும் தலத்தில் திகழும் ஒளி பொருந்திய மணியம்பலத்துள் இருக்கும் எனது இடத்தினைக் கண்டு கருணைக்காக ஏங்கியிருக்கும் எனது மனத்தினையும் இறைவனிடம் கொண்டுசெல்லுங்கள்!'

மலர்களையும் மகரந்தத் துகள்களையும் அவற்றைச் சுற்றும் வண்டுகளையும் இணைத்துப் பாடுவது பொதுவான இலக்கியச் சூழலாகச் சங்ககாலத்திலிருந்து தொடர்ந்து வழக்கத்திலிருப்பதை இப்பாடல்களிலிருந்தும் இன்னும் பல பாடல்களிலிருந்தும் அறியலாம். சங்ககாலத்திலிருந்து தமிழ் இலக்கியங்களில் சிறப்பாகத் தனி வழியில் புலவர்கள் இட்ட வித்தில் பொதுவான தொடர்ச்சியைக் காணமுடிகிறது. இவ்வகைத் தொடர்ச்சியே தமிழ் இலக்கியப் பயணமாகவும் தமிழர் வாழ்வுமுறையாகவும் வரலாற்றடிப்படையில் அமைந்துள்ளது.

மனச்சங்கடப் போக்கும் புதிய சொற்களின் உருவாக்கமும்

ஒரு சில கருத்துகளைக் கூறவும் எழுதவும் மனம் சங்கடப்படும் நிலை ஏற்படலாம். எடுத்துக்காட்டாக மனிதர்களின் மரணம் பற்றியோ அந்தரங்க உடலுறுப்புகளைப் பற்றியோ ஆண் பெண் உறவுகள் பற்றியோ எழுதுவோருக்கும் படிப்போருக்கும் பல விதங்களில் இச்சங்கடம் நிலவும் வாய்ப்பிருக்கிறது. இதனால் இவற்றுக்கெனப் பயன்படுத்தும் சொற்கள் காலப்போக்கில் மாறிக்கொண்டே இருக்கும்; இது மொழிகளின் பண்பாகும். ஒருவன் இறந்துவிட்டான் என்பதைக் கூறச் செத்துவிட்டான், மரணம் அடைந்தான், இயற்கையெய்தினான், சிவலோகப் பதவி அடைந்தான் எனப் பல தொடர்களைப் பயன்படுத்தி வந்துள்ளோம். இவற்றில், செத்துவிட்டான் என்றோ மரணம் அடைந்தான் என்றோ கூறுவதை விட இயற்கை எய்தினான் என்று கூறுவது பண்புடையதாகக் கருதப்படுகிறது. மொழியில் இவ்வகைப் புதுப்புதுச் சொற்கள் எங்ஙனம் வந்தன என்பதை நோக்கும்போது இதுவும் இலக்கியங்களில் பயன்படுத்தப்பட்ட

விதமாகவே இருக்கலாம் என எண்ணவேண்டியுள்ளது. குறிப்பாக ஒருவர் வெறுப்புடன் கூறும்போது, செத்துவிட்டான் எனக் கூறலாம்! ஒருவர் மேல் இருந்த அன்பு காரணமாகவும் இறை நம்பிக்கைக்கு அப்பாற்பட்ட நிலையிலும் இயற்கை எய்தினான் எனப் பொதுவாகக் கூறலாம். இதனால் இச்சொற்கள் வெவ்வேறு மனநிலையினோடும் தொடர்புடையதாக இருப்பதை அறிகிறோம்.

மணிமேகலையில் சாத்தனார், மன்னனின் கொடுமைக் குணத்தைக் குறிக்கும்போது கொல்லும் தொழிலுக்குக் 'கொன்றாய்' என்னும் சொல்லைப் பயன்படுத்துகிறார். "உயிர்களைக் கொன்றதால் நீ கொலைவன் ஆகிறாய்! அதனால் கொற்றவனாக ஆகிவிட்டாயே," என்றும் கூறுகிறார்.

அன்பு உடை ஆர் உயிர் அரசற்கு அருளிய
என்பு உடை யாக்கை இருந்தது காணாய்
நின் உயிர் கொன்றாய் நின் உயிர்க்கு இரங்கிப்
பின் நாள் வந்த பிறர் உயிர் கொன்றாய்
கொலைவன் அல்லையோ ? கொற்றவன் ஆயினை! (மணி. 25–170)[11]

'அன்புள்ள உயிர் கொண்ட அரசர்களுக்கு அருளைப் பெற்ற எலும்புகள் கொண்ட உடம்பு இருந்தது. ஆனால் நீ உயிர்களைக் கொன்றாய்! உன்னுடைய உயிர்க்கு இரங்கிப் பிறந்த நீ பின்நாள் வந்த பிற உயிர்களைக் கொன்றாய். நீ கொலைகாரன் இல்லையா? உன்னை எப்படி அரசனாகக் கொள்ளமுடியும்?' என்கிறார். ஆனால் மற்றவர்களுக்கு உணவு கொடுப்பவர்களின் புனிதமான செயலைக் குறிக்குமிடத்து இறப்போரை 'உயிர் கொடுத்தோர்' என விளம்புகிறார்; 'உயிர்க்கொடை பூண்டோர்' என்கிறார்; 'உயிர் போவுழி' என்கிறார்; 'உயிரோடு வேவேன்' என்கிறார்.

மண் திணி ஞாலத்து வாழ்வோர்க்கு எல்லாம்
உண்டி கொடுத்தோர் உயிர் கொடுத்தோரே
உயிர்க் கொடை பூண்ட உரவோய் ஆகி
கயக்கு அறு நல் அறம் கண்டனை என்றலும்
விட்ட பிறப்பில் யான் விரும்பிய காதலன்
திட்டிவிடம் உணச் செல் உயிர் போவுழி
உயிரொடு வேவேன உணர்வு ஒழி காலத்து (மணி. 11–100)[12]

'மண் திணிந்த இவ்வுலகில் வாழ்வோர்க்கெல்லாம் உணவு கொடுத்தவர்களே உயிர் கொடுத்தவர்கள். உயிர்களை எடுத்து நல் அறங்களைச் செய்கின்றவன் ஆனாலும் இப்பிறப்பில் நான் விரும்பிய காதலனுக்கு விடம் கொடுத்து உயிர் விடுக்கின்ற காலத்தில் நான் உயிரோடு வாழமாட்டேன், என்னுடைய உணர்வுகளை விட்ட காலத்தும்.' இங்கு 'கொல்' எனும் சொல்லை

11. ஆபுத்திரனோடு மணிப்பல்லவம் அடைந்த காதை.

12. பாத்திரம் பெற்ற காதை.

விட 'உயிர்க் கொடை செய்', 'உயிர் போ' போன்ற சொற்களைப் பண்புடைச் சொற்களாகக் காண்பது தேவையாகிறது. இவ்வண்ணமே சிந்தாமணியிலும் சிலப்பதிகாரத்திலும் 'உயிர் பருகு' எனும் சொல்லைக் 'கொல்' எனும் பொருளுக்குப் பயன்படுத்தியிருப்பதைக் காண்கிறோம்.[13]

சிந்தாமணி

அலை கடல் திரையின் சீறி அவன் உயிர் பருகல் உற்று – சிந்தா:1 392/2
அடு சிலை அழல ஏந்தி ஆருயிர் பருகற்கு ஒத்த – சிந்தா:4 1086/2
உச்சியும் மருங்கும் பற்றி பிளந்து உயிர் பருகி கோண்மா – சிந்தா:4 1153/2
அட்டு உயிர் பருகும் கூற்றம் கோள் எழுந்த அனையது ஒத்தான் – சிந்தா:3 767/4

கம்பன்

புக்கு ஓடி உயிர் பருகி புறம் போயிற்று இராகவன் தன் புனித வாளி –
யுத்:4:37 197/4
ஓர் அம்போ உயிர் பருகிற்று இராவணனை மானுடவன் ஊற்றம் ஈதோ –
யுத்:4:38 24/4
படர்ந்து ஒளி பரந்து உயிர் பருகும் ஆகமும் – பால:10 57/1
பகை நிறத்தவர் உயிர் பருகும் பண்பினான் – யுத்3:20 31/2

இப்பாடல்களின் அடிகளில் கொல் எனும் சொல்லைப் பயன்படுத்தாதது குறிப்பிடத்தக்கது. இவ்வகையில் உயிர் பருகு என்னும் சொல்லும் உயிர் கொடு எனும் சொல்லுக்கு இணையாக மற்ற சொற்களை விடப் பண்புடைச் சொல்லாகவே இருக்கிறது. இச்சொற்களோடு தொலை என்னும் சொல்லும் கொல் என்னும் பொருளுக்குச் சங்க இலக்கியங்களில் பயன்பட்டுள்ளது.

பாடியவர்: கோவூர் கிழார், பாடப்பட்டோன்: சோழன் குளமுற்றத்துத் துஞ்சிய கிள்ளிவளவன், திணை: வஞ்சித் துறை:
கொற்ற வள்ளை காலனும் காலம் பார்க்கும் பாராது வேல் ஈண்டு தானை
விழுமியோர் தொலைய வேண்டிடத்து அடூஉம் வெல் போர் வேந்தே
... (புறம். 41)

"காலன் கூடக் காலம் பார்த்துக் கொல்வான்; ஆனால் நீ அப்படிக் காலம் எதுவும் பார்க்காது, உனது வேலை விட்டு உனது பகைவர்கள் தொலையப் போரிட்டு வெற்றியையே பெறும் வேந்தனே," எனக் காண்கிறோம்.

வேலனின் வெறியயற் களம்

ஆண், பெண் அந்தரங்க உறவைச் சுட்டும் உவமையாகவும் வேலனின் விழா சூழ்ந்த இடங்களைச் சித்தரிப்பதாகவும் 'வேலனின் வெறி அயற் களம்' என்னும் தொடர் சங்கப்

13. பேராசிரியர் இ. அண்ணாமலை, பேராசிரியர் பாண்டியராஜா ஆகியோரின் தனிமடலினின்று.

பாடல்களில் வந்துள்ளன. (காண்க. அகம். 114, 182; குறு. 53, 318; நாலடி. 16). 'பிணி நெகிழ் அலர் வேங்கை விரிந்த பூ வெறி கொள', 'புணர்ந்தவர் முயக்கம்' என வரும் கலித்தொகை (32) பாடலும் இது போன்ற இன்னும் பல அகப்பாடல்களும் தலைவன், தலைவியினிடையே நிகழும் தனிமை சார்ந்த உறவுகளைப் பல உவமைகளோடு உள்ளுறைப் பொருளாகக் காட்டாமல் இல்லை. இச்சூழலில் இத்தகைய உணர்வுகளை வெளிப்படுத்துவனவாகவே 'வேங்கை விரிந்த பூ', 'வெறிகமழ் சந்தனம்', 'முல்லை நறுமலர்த் தாதுநயந்து ஊத', 'வண்டூது பனிமலர் ஆரும் ஊர' என்பன போன்ற தொடர்களைச் சங்கப்பாடல்களில் காண்கிறோம். இக்கருத்துகள் அனைத்தும் உணர்வுபூர்வமாக மனச்சங்கடப் போக்கினைத் தெரிவித்து நயம்கொண்ட பொதுவான இலக்கியச் சூழல்களாக அமைகின்றன. இவற்றோடு சங்கப் புலவர்கள் பெண்ணுறுப்புகளை நேரடியாகச் சங்கடம் ஏதுமில்லாமல் நயத்தோடு அளிக்கவும் தவறவில்லை. 'கோடுஏந்து அல்குல்' (அகம். 75, 269), 'வரிஅணி அல்குல்' (அகம். 33, 342), 'கடுங்கண் வயமீன் தழைஅணி அல்குல்' (அகம். 320), 'அலமர மலர்ந்த அல்குல்' (அகம். 383) என வரும் தொடர்களும் இவற்றைப் போன்ற இன்னும் பல அடைகளோடு வரும் தொடர்களும் பெண்ணுறுப்பை வெளிப்பட கொடுத்ததால்தானோ என்னவோ 'அல்குல்' என்னும் இச்சொல்லை வழக்கிழந்த சொல்லாகக் காண்கிறோம்.

இங்ஙனமே 'மார்பு அணி கொங்கை', 'வண்டுகளுங் கொங்கைகளும்' என வரும் தொடர்களில் கொங்கை என்னும் சொல்லும் திதலை அல்குல் போன்ற சொற்களும் அலர்முலை, குவிமுலை, வனமுலை, ஏந்துமுலை, இளமுலை, வனமுலை, வெம்முலை எனும் அடைகளும் கவிஞர்கள் சங்கடப் போக்குக்கு அப்பாற்பட்டுள்ளன. தங்களின் கற்பனையைக் கடுவிசைக் கவணின் எறிந்த சிறுகல்', 'வேங்கை விரிஇணர் சிதறித் தேன் சிதையும்' (அகம். 292) என மனத்தின் அதிரடி வெளிப்பாடாக வந்த எடுத்துக்காட்டுகளும் உள்ளன. இவ்வகையில் இலக்கியச் சூழல்கள் சங்கடப் போக்கு என்னும் தடையிலிருந்து விலக அவற்றைக் கவிஞனின் தடையற்றச் சூழலாகக் காண்கிறோம்.

பெண்ணுறுப்புகளைச் சங்கடப் போக்குக்கு அப்பாற்பட்டுப் பயன்படுத்திய எடுத்துக்காட்டுகள் பக்தி இலக்கியங்களிலும் உண்டு. குறிப்பாக ஆண்டாள் எழுதிய நாச்சியார் திருமொழியில் இதைக் காணலாம்.

வானிடை வாழுமவ் வானவர்க்கு மறையவர் வேள்வியில் வகுத்தஅவி,
கானிடைத் திரிவதோர் நரிபுகுந்து கடப்பதும் மோப்பதும் செய்வதொப்ப,
ஊனிடை யாழிசங் குத்தமர்க்கென்று உன்னித் தெழுந்தவென் தடமுலைகள்,
மானிட வர்க்கென்று பேச்சுப்படில் வாழகில் லேன்கண்டாய் மன்மதனே.

(நாச்சி. 508)

'வானில் வாழும் வானவர்களுக்கென ஏற்படுத்தப்படும் மறையவர்களின் வேள்வியைக் காட்டில் திரியும் நரி புகுந்து முகர்வது போன்றதாகும் எனது புனிதமான உடலை மானிடர்கள் அபகரிப்பது. என்னுடைய தட முலைகள் ஆழிச் சங்கை ஊதும் உத்தமர்க்கு அன்றி மானிடவர்களுக்கு என்று அறிந்தால் வாழமாட்டேன்! மன்மதனே!' எனக் கூறுகிறாள் ஆண்டாள்.

மாமுத்த நிதிசொரியும் மாமுகில்காள் வேங்கடத்துச்
சாமத்தின் நிறங்கொண்ட தாடாளன் வார்த்தையென்னே
காமத்தீ யுள்புகுந்து கதுவப்பட்டு இடைக்கங்குல்
ஏமத்தோர் தென்றலுக்கிங் கிலக்காய்நா னிருப்பேனே. (நாச்சி. 578)

'மிகவும் அரிதான நீரைச் சொரியும் முகில்கள் நிறைந்த வேங்கடத்தின் நடுஇரவில் அழகுடை தடாளனின் அன்புச் சொற்களோடு இணைந்த காமத்தீயுள் புகுந்து கவரப்பட்டு நடு இரவில் வசீகரத் தென்றலுக்கு இலக்காய் நான் இருப்பேன்,' என்று கூறும் ஆண்டாளின் கூற்று வேங்கடத்தானோடு தான் கொண்ட உடலுறவையே மறைமுகமாகத் தெரிவிப்பதாக இருக்கிறது. 'தென்றலுக்கு இங்கு இலக்காய் நான் இருப்பேன்' என்னும் கூற்று ஆண் – பெண் உறவை மறைமுக உவமையாகக் குறிப்பிடுவது நோக்கத்தக்கது.

விரக்தியின் உச்சமாக, 'மனத்துள்ளே உருகி நைந்திருக்கும் என்னைக் கொள்ளாத கொள்ளிக் குறும்பன் கோவர்த்தனைக் கண்டு அவனைக் கொள்ளாத, பயனெதுவும் இல்லாத எனது கொங்கைகளை அடியோடு பிடுங்கித் திருவேங்கடத்தான் மார்பில் எறிந்து என்னுடைய காமத்தீயைத் தீர்த்துக்கொள்வேன்,' என வரும் பின்வரும் பாடலும் சங்கட மனப்போக்குக்கு அப்பாற்பட்டுப் புனையப்பட்ட இலக்கிய அடிகளே.

உள்ளே யுருகி நைவேனை உளளோ இலளோ வென்னாத
கொள்ளை கொள்ளிக் குறும்பனைக் கோவர்த் தனனைக் கண்டக்கால்
கொள்ளும் பயனொன் றில்லாத கொங்கை தன்னைக் கிழங்கோடும்
அள்ளிப் பறித்திட் டவன்மார்பில் எறிந்தென் அழலை தீர்வேனே.

(நாச்சி. 634)

2. தமிழ்ச் சமய இலக்கியங்களின் திறனும் சமயக் கோட்பாடுகளும்

சங்க இலக்கியங்களையும் சமய இலக்கியங்களையும் திறனாய்வு செய்யும்போது இவை இரண்டுக்கும் குறிப்பிடத்தகுந்த வேறுபாடுகள் உள்ளனவா என்று நோக்கவேண்டியது அவசியம். அகம், கைக்கிளை, பசலை நோய், புறம், வீரம், கொடை, திணை என்னும் பல்வேறுபட்ட கருத்துகளினின்று சமயம், இறைவழி, யாகம், பூசை, வழிபாடு, பக்தி போன்ற புதிய கருத்துகளைத் தன்னகத்தே கொண்டு சமய இலக்கியங்கள் வளர்ந்தன. அகம், புறம் எனும் இருவகையில் பகுத்தறிந்த வாழ்வை அறம், பொருள், இன்பம் என மூன்று பிரிவில் கண்டனர். முன்வகைப் பிரிவு சங்கத்தமிழ் அடிப்படையில் என்றும் பின்வகைப் பிரிவு வடமொழியின் அடிப்படையில் ஏற்பட்டது என்றும் கூறுவர் சிலர். (காண்க: சங்க இலக்கிய உரைகள் சதீஷ் 2008). இவ்விரண்டு இலக்கியங்களும் பல்வேறுபட்ட உத்திகளையும் தன்னகத்தே கொண்டுள்ளன என்பதை இதுகாறும் கண்டோம். இருப்பினும் சமய இலக்கியவாதிகள் தங்களுக்கென்று தனித்திறமை என எவற்றைத் தங்கள் பாடல்கள் வழிக் கொடுத்திருக்கிறார்கள் என்பதை அறியவேண்டியது அவசியம். குறிப்பாக திருமூலரின்

திருமந்திரம் மற்ற சைவ நாயன்மார்களின் பாடல்களினின்று அவர் கூறும் தத்துவங்களின் அடிப்படையில் வேறுபடுகிறது. அங்ஙனமே ஆண்டாள், மாணிக்கவாசகர், பெரியாழ்வார் போன்றோரின் பாடல்களிலிருந்தும் பக்தியின் சிறப்புத்தன்மையை அறியமுடிகிறது. இவ்வகையில் இப்பகுதி சமய இலக்கியங்களின் தனிப்பண்புகளை எடுத்தியம்ப முயலுகிறது.

திருமூலரின் இலக்கியத் திறன்

இலக்கிய நயத்தில் தத்துவக் கொள்கைகளை இணைத்துக் கொடுப்பது திருமந்திரத்தின் தனிச்சிறப்பு. மனத்தை ஒரு நிலைப்படுத்தி அதன் சக்தியை முழுமையாக உணர்வதையே பல தத்துவங்கள் எடுத்துரைக்கின்றன. யோகா, வேதாந்தம், உபநிடதம், ஆகமம் போன்ற தத்துவப் போதனைகளும் இதையே எடுத்தியம்புகின்றன.[1] உபநிடதங்கள் போலவே திருமூலரும் திருமந்திரத்தின் பெரும்பகுதியில் உள்மனது, அதை உணரும் விதம், உலகப் பாசம், அவற்றை விலக்க வேண்டியதன் அவசியம், சித்தத்தின் திறன்கள் என்பன போன்ற புதுமையான கருத்துகளை விளக்குகிறார். எந்த ஒரு கருத்திலும் ஒருவர் முழுமனதுடன் ஈடுபட்டு அதைப்பற்றித் தொடர்ந்து இடைவிடாமல் சிந்திக்கும் போதும், அதை நன்கு அறிய முயலும்போதும் அதன் கருப்பொருளை அவர் நன்கு அறிந்து தெளிவுபெறுவதுடன் அதன் அறிவுபூர்வ நிலையை மேம்படுத்தும் திறமை கொண்டவராக வெளிப்படுகிறார் என்கின்றன திருமந்திரப் பாடல்கள்.[2] இத் தத்துவ நிலையை அடையவே மனிதர்கள் இறைவன், கோவில், பூசை என்னும் புறநிலைக் காரணிகளைப் பயன்படுத்துகின்றனர். இக்காரணிகள் பெரும்பாலான நிலையில் அளவுக்கு அதிகமாகப் பயன்படுத்தப்பட்டும் வழிமாறிச் செயல்படுத்தப்பட்டும் உண்மை நோக்கத்துக்குப் புறம்பான நிலைக்குத் தள்ளப்பட்டுவிடுகின்றன. உடல், உள்ளம் என்னும் இரண்டு கூறுகள் இருக்கும் தருணத்தில் இவை ஒன்றையொன்று மறைத்துவிடுகின்றன; ஒன்றையொன்று வென்றுவிடுகின்றன! இவை ஒன்றோடொன்று இயைந்து

1. "… for example, in the Brihadāranyaka Upanishad, the bliss of atman-intuition, or the intuition of the Self, is compared with the happiness of earthly lovers in self-forgetting dalliance. In general, the Upanishads are too much preoccupied with deeper speculations to exhibit a conscious art, or to discuss the art of their times; in this age there is no explicit Aesthetic." (cf. Coomaraswamy 1985 p. 19).

2. எடுத்துக்காட்டாக, பின்வரும் திருமந்திரப் பாடலில் 'அறிவில் அணுக அறிவது' எனும் கருத்தைக் காணலாம்.

    அறிவில் அணுக அறிவது நல்கிப்
    பொறிவழி யாசை புகுத்திப் புணர்ந்திட்டு
    அறிவது ஆக்கி அடியருள் நல்கும்
    செறிவொடு நின்றார் சிவம்ஆயி னாரே. (திருமந். 1799).

போகாத தருணத்திலேயே திருமூலரின் வாக்குகளை உற்று நோக்கவேண்டியது அவசியமாகிறது. திருமூலர், உடலையும் உள்ளத்தையும் புறநிலைக்காரணியான திருக்கோவிலோடு ஒப்பிட்டுப் பின்வருமாறு எடுத்தியம்புகிறார்:

> உள்ளம் பெருங்கோயில் ஊனுடம்பு ஆலயம்
> வள்ளற் பிரானார்க்கு வாய்கோ புரவாசல்
> தெள்ளத் தெளிந்தார்க்குச் சீவன் சிவலிங்கம்
> கள்ளப் புலன்ஐந்தும் காளா மணிவிளக்கே. (திருமந். 1823)

ஆலயம் போன்று ஊனுடம்பு என்றோ கோபுரவாசல் போன்று வாய் என்றோ உவமையாகக் கூறாமல் ஊனுடம்பை ஆலயமாகவும் வாயைக் கோபுரவாசலாகவும் உருவகப்படுத்தியிருப்பது இப்பாடலின் சிறப்பு. உருவகங்களை மிகவும் எளிமையாகவும் புதுக்கண்ணோட்டத்துடனும் பயன்படுத்தியிருக்கும் இப்பாடலில் திருமூலர் புலன்கள் ஐந்தும் என்றும் ஒளிவிட்டுக்கொண்டிருக்கும் மணிவிளக்கு என்கிறார். ஐந்து விளக்குகளாகிய ஒளி, ஒலி, மணம், சுவை, உணர்வு ஆகியவற்றுக்கு இயல்பான கண், காது, மூக்கு, நாக்கு, தோல் ஆகிய அனைத்தும் முழுமையான ஒருங்கிணைந்த நிலையில் செயல்படும்போதுதான் உள்ளத்தில் சீவன் பூரண நிலையில் செயல்படமுடியும் என்று கூறுகிறார். ஒருவர் தெளிந்த நிலையை அடையும்போது சீவனைப் பலரும் போற்றும் காரணகர்த்தவாகக் கொள்ளவேண்டும். இத்தத்துவத்தைப் புரிந்துகொள்வதற்கான காரணியாகத்தான் கோயில், ஆலயம், வள்ளற்பிரான், சிவலிங்கம் ஆகியவற்றைக் கொள்ளவேண்டும் என விளக்குகிறார்.

திறனாய்வு நோக்கில் இப்பாடலை அலசும்போது நுண்பொருளான, எளிதில் புரிந்துகொள்ள இயலாத ஒரு கருத்தைக் கண்ணால் கண்டு உணரக்கூடிய ஒரு பொருளின் உருவகத்தைப் பயன்படுத்தியிருப்பது இப்பாடலின் உத்தி. இதை ஆங்கிலத்தில் *allegory* என்று கூறுவார்கள். மனிதர்களின் உடல் கூறுகளைக் கோவிலோடும் விளக்கோடும் உருவகப் பொருட்களாக அமைத்து படிப்போரை எளிதில் ஈர்க்கும் தன்மையைக் கொண்டிருப்பது இப்பாடலின் தனித்தன்மை. இந்த உத்தியையும் பொதுப்பண்புகளையும் கூர்ந்துநோக்கும்போது மிச்சல் போகால்ட் கூறும் இலக்கியங்களின் ஈர்ப்புத்தன்மையைத் தெளிவாக அறியமுடிகிறது.

திருமூலர் பயன்படுத்தும் 'காளா மணிவிளக்கு' என்னும் கருத்தைத் தமிழ்க் கல்வெட்டுகளில் காணப்படும் 'நுந்தா விளக்கு' என்னும் கருத்தோடு ஒப்பிட்டுப்பார்க்கவேண்டியது அவசியம். சந்திரனும் சூரியனும் இருக்கும்வரை கோவிலில் விளக்கு எரிந்துகொண்டிருக்கவேண்டும் எனக் கோவிலுக்கு நுந்தா

விளக்கைக் கொடுக்கும் பழக்கத்தினை நாம் கல்வெட்டுகளின்வழி அறிகிறோம். இப்பழக்கம் தமிழர்களிடையே வந்தது எப்படி என ஆய்ந்து நோக்கும்போது இது திருமூலரின் காளா மணிவிளக்கு என்னும் தத்துவத்தின் அடிப்படையில் வந்த பழக்கமா என்று அறியவேண்டியிருக்கிறது. திருமூலரின் நடராசர் பற்றிய கருத்துக்குச் சிதம்பரம் நடராசர் ஆலயத்தைத் தொடர்புபடுத்தும் அதே சூழலில்தான் இவ்விளக்கு பற்றிய கருத்தையும் அணுகவேண்டும். இவ்வழக்கத்தைத் தனது பாடலில் திருமூலர் எழுதிய பின்னர் மக்கள் இப்பழக்கத்தைக் கொண்டார்களா அல்லது திருமூலர் மக்களின் பழக்கத்தைத் தனது பாடலில் எழுதினாரா? குறிப்பாக நடராசரின் நடனம் குறித்த திருமூலரைத் தொடர்ந்து உண்மை விளக்கம், சிதம்பர மும்மணிக்கோவை போன்ற நூல்களிலும் விரிவாகக் காண்கிறோம் (காண்க: *Coomaraswamy 1985 p. 59–61*).

ஒருநிலை வழிபாடு, இருநிலை வழிபாடு என இருநிலைகளைத் தத்துவ நூல்களும் இலக்கியங்களும் விளக்கும். ஒரு நிலை வழிபாடு என்பது மனிதன் தன்னுள் இருக்கும் ஆத்மசக்தியை அல்லது சீவனை உணர்ந்து அதை வளப்படுத்தவும் திறம்படுத்தவும் முயல்வதாகும். இந்நிலை வழிபாட்டுக்குப் புற நிலை உபகரணங்களாகிய கோவில், கடவுள் வழிபாடு என்பன வழிகோல்களே தவிர அவற்றுக்கும் உள்ளத்தின் சக்திக்கும் மனிதச் செயல்பாட்டுக்கும் எந்தவித நேரடித் தொடர்பும் கிடையாது என்பது இக்கோட்பாடுகளின் கருத்து. இருநிலை வழிபாடு என்பது உள்ளம் வேறு, சக்தி வேறு என்னும் அடிப்படையில் புறநிலை வழிபாட்டுமுறைக்கு முக்கியத்துவம் கொடுப்பதாகும். விவேகானந்தர், திருமூலர் போன்ற தத்துவ ஞானிகள் ஒருநிலை வழிபாட்டுமுறைக்கே முக்கியத்துவம் கொடுத்துத் தங்கள் வாழ்வின் பெரும்பகுதியைச் செலவழித்தனர்.

மனித மனத்தின் ஆனந்தப் பரவச நிலையையே சிதம்பரம் நடராசராகத் தமிழ் இலக்கியங்கள் விளம்புகின்றன. இதையே திருமூலரும் 'தானே சிவமான நிலை' எனக் கூறுகிறார்.

> தானே சிவமான தன்மை தலைப்பட
> ஆன மலமும்அப் பாச பேதமும்
> ஆன குணமும் பரான்மா உபாதியும்
> பானுவின் முன்மதி போல்ப லராவே. (திருமந். 2314)

உள்ளமும் சீவனும் ஒருங்கிணைந்தபோது பல குறைகளும் பாசங்களும் வேறுபாடுகளுடைய குணங்களும் சீவனுக்கான பல்வேறு சிரமங்களும் பகலவன் முன்னால் மதிபோல நம் முன் வராது என்பதை இப்பாடல் எடுத்தியம்புகிறது. 'பானுவின் முன் மதி போல்' என்னும் உவமை 'உள்ளம்', 'சீவன்' இவற்றின் 'விருப்பு',

'வெறுப்பு' போன்ற உணரக்கூடிய, எளிதில் அறிய இயலாத நுண்கருத்துகளை எளிதாக்கும் வகையில் இருக்கிறது. 'சூரியன் முன் நிலவு போல' என்னும் உவமையில் சூரியனின் வெங்கதிர் களுக்கு முன் நிலவின் தண்கதிர்கள் எளிதில் செயலிழந்துவிடும் தன்மையைப் போல பரான்மாவுக்கு முன் விருப்பு வெறுப்பு என்பன அருகில் நெருங்காது என்பதே இப்பாடலின் உட்கருத்து. உள்ளமும் சீவனும் ஒருங்கிணைந்த நிலையைப் பற்றிப் படிப்போரை இப்பாடல் அறிந்துகொள்ள வைக்கிறது. அந்நிலையை அடையும் முயற்சிகளை எடுக்கவேண்டியதன் முக்கியத்துவத்தையும் இது வலியுறுத்துகிறது எனலாம். அந்த ஒருங்கிணைந்த நிலையை எளிமையாக மனிதர்கள் பெற இயலாமைக்குப் பாசத்தில் உழன்று தவிப்பதையே காரணமாகக் கூறுகிறார் திருமூலர்.

பதிபசு பாசம் எனப்பகர் மூன்றில்
பதியினைப் போற்பசு பாசம் அனாதி
பதியினைச் சென்றணு காப்பசு பாசம்
பதியணு கிற்பசு பாசம் நில் லாவே. (திருமந். 115)

பதி (கடவுள்), பசு (உள்ளம்), பாசம் ஆகியனவற்றைக் கடவுள், சீவன், பாசம் எனக்கொள்வோம். கடவுளின் உள்ளத்தில் பாசம் அடையாது! நம் பதியோடு சீவன் இணைய வேண்டுமெனில் பாசத்தை விடுகின்ற நிலையைப் பெறவேண்டும். உள்ளம் என்பதைப் பாசமற்ற தெளிந்த நிலை எனக்கொண்டு நம் சீவன் அந்த நிலையை அடையவேண்டுமெனில் பாசம் விடுபடவேண்டும் என்பதே இப்பாடலின் உட்கருத்து. இப்பாடலில் உவமை, உருவகம், ஆகுபெயர் போன்ற எந்த உத்தியையும் பயன்படுத்தாமை குறிப்பிடத்தக்கது. இருப்பினும் சைவசித்தாந்தம்வழி அறியும் கருத்துகளான பதி, பசு, பாசம் எனும் மூன்று கருத்துகளின் உண்மை விளக்கத்தைத் தெளிவாக அறிய உதவும் பாடலாகும் இது.

சீவன் வேறு, உள்ளம் வேறு, அன்பு வேறு, அறிவு வேறு, அருள் வேறு என வேறுபடுத்துகிற நிலையில்தான் நாம் வழிமாறுகிறோம், உண்மை நிலையை விட்டு விலகுகிறோம், தடம் மாறுகிறோம் என்பன போன்ற கருத்துகளை இலக்கியம் அறிவுறுத்துகிறது. இதையே அவனும் அவனும் அவனை அறியார்! அவனும் அவனும் அவனை அறியின், அவனும் அவனும் அவனிவனாமே (திருமந். 1789) என்னும் திருமூலர் சொற்களின் சந்தத்தினைப் பயன்படுத்தி அறிகிறோம். இங்கு அவன் என்னும் சொல் பதி, சீவன், மனம் ஆகியனவற்றைக் குறிக்கும் ஆகுபெயராகிறது. "நின்னை யுணர்ந்துணர்ந்தெல்லா மொருங்கிய நிர்க்குணம் பூண்டென்னை மறந்திருந்தேனிறந் தேவிட்ட திவ்வுடம்பே," (இந்நிலையை உணர்ந்து உணர்ந்து

எல்லாம் ஒருங்கிய நிர்க்குணம் பூண்டு என்னை மறந்து இருந்தேன், இறந்தேவிட்டது இவ்வுடம்பே!) என்னும் அருணகிரிநாதரின் இக்கூற்றை இரண்டு நிலைகளில் விளக்கலாம். 'நின்னை', 'என்னை' என்ற இரு ஆகுபெயர்களும் முறையே 'இறைவன்', 'சீவன்' ஆகியனவற்றைக் குறிப்பதாக அமைந்திருக்கின்றன. இதை ஒருநிலை வழிபாட்டுமுறையில் ஒருவரின் உள்ளத்தின் சக்தியை அல்லது சீவனின் சக்தியை உணராமல் மறந்தேவிட்ட இவ்வுடம்பே எனக் கொள்ளலாம்! இதையே இறைவனாக சிலையாகப் புறத்தில் இருக்கிற ஒரு சக்தியை உணராமல் மறந்தேவிட்ட இந்தப் பூதவுடம்பே எனவும் கொள்ளலாம். இந்த இரண்டாவது விளக்கத்தின் அடிப்படையில்தான் உலகம் சுழலுகிறதே தவிர முதல் விளக்கத்தின் அடிப்படைக் கருத்தைக் கண்டறிந்து தன்னை மாற்றிக்கொள்கிற எண்ணத்தில் யாரும் இயங்கமாட்டார்கள். இக்கருத்தை விளக்கத் திருமூலர் உருவகம்வழி விளக்குவதைப் பின்வரும் சொற்களின் சந்தம் கொண்டு இயற்றியுள்ள பாடலில் காண்கிறோம்.

மரத்தை மறைத்தது மாமத யானை
மரத்தின் மறைந்தது மாமத யானை
பரத்தை மறைத்தது பார்முதல் பூதம்
பரத்தின் மறைந்தது பார்முதல் பூதமே (திருமந். 2290)

"மரத்தால் செய்த யானையின் சிலையை நோக்குவோருடைய மனநிலையைப் பொறுத்து மரத்தின் அழகோ சிலையின் அழகோ மறைக்கப்படலாம். அங்ஙனமே மறைபொருளாக இருக்கும் இறைவனைக் காண்பதும் உணர்வதும் உணர்வோர் திறனைப் பொறுத்தது." முதல் இரண்டு அடிகளில் மரம், சிலை பற்றிய உவமையைக் கொடுத்து அடுத்த இரண்டு அடிகளில் உவமேயப்பொருளைக் கொடுப்பது இப்பாடலின் சிறப்பு. இத்தகைய சிக்கலான, எளிதில் புரிந்துகொள்ள இயலாத தத்துவத்தை எளிதாகப் புரிந்துகொள்ளும் நோக்கில்தான் திருமூலரின் ஆனந்த நடராசரின் உருவம் தமிழுலகுக்கு இலக்கியங்களின் வழி அறிமுகப்படுத்தப்பட்டது என்று கொள்ள வேண்டியிருக்கிறது. திருமூலர், பொன்னம்பலத்தில் ஆடும் திருக்கூத்து பற்றிக் கூறுவது இதற்கு ஒரு சான்றாகும்.

மாணிக்கத் துள்ளே மரகதச் சோதியாய்
மாணிக்கத் துள்ளே மரகத மாடமாய்
ஆணிப்பொன் மன்றில் ஆடுந் திருக்கூத்தைப்
பேணித் தொழுதென்ன பேறுபெற் றாரே. (திருமந். 131)

மாணிக்கக் கல்லினுள் இருக்கும் மரகத சோதியாகவும் மாணிக்கக் கல்லினுள் இருக்கும் மரகதத்தால் ஆன மாடமாகவும் அழகான பொன்னால் ஆன மன்றத்தில் ஆடுகிற நடராசரின் திரு நடனத்தைக்

கண்டும் தொழுதும் பெறும் இன்பம் அளவற்றது என வருகிறது இப்பாடலின் பொருள். இப்பாடலும் இது கூறும் நடராசரின் ஆனந்த நடனம் எனும் கருத்தும் மனிதர்களின் உள்ளத்தில் விளையும் பெருமகிழ்ச்சிக்கு உருவகமாகக் கொண்டால், மனித மனத்தையே வாழ்வின் பெரும் தத்துவப் பொருளாக்கும் திருமூலரின் நிலையை அறியலாம். [சிதம்பரம் நடராசர் ஆலயம் இலக்கியங்களின் ஊடே வளர்ந்த விதம் பற்றியறியக் காண்க: Renganathan (2008:566-96).]

வைஷ்ணவ இலக்கியங்களில் இலக்கியத் திறன்

நாலாயிரத் திவ்யப்பிரபந்தம் திருமுறையிலிருந்து, சமயத்தில் எந்தக் கடவுளைப் பற்றியது என்பதில் வேறுபட்டாலும் மற்ற தமிழ் இலக்கியங்களுக்கு இணையாகப் பல சிறந்த உத்திகளைக் கொண்டிருக்கிறது. திருமூலரின் ஒருநிலை வழிபாட்டுக்கொள்கை என்றில்லாமல் மற்ற திருமுறை நாயன்மார்களைப் போலவே நாலாயிரத் திவ்யப்பிரபந்தமும் இருநிலை வழிபாட்டையே முதன்மையாகக் கொண்டிருப்பது உண்மை. கிருட்டிணர், விஷ்ணு என உருவங்களை வழிபடும் முறையைக் கொண்டே நாலாயிரத் திவ்யப்பிரபந்தம் எழுதப்பட்டது. அது பன்னிரு ஆழ்வார்களின் பாடல்களின் தொகுப்பாகும். இருப்பினும், அவர்களில் பெரியாழ்வார், நம்மாழ்வார், ஆண்டாள் போன்றோரின் தாக்கம் மற்றவர்களைவிட அதிகம் என்றே கூறலாம்.

ஆட்கொண்டான், சாமியாடல் மற்றும் வெறியாட்டம்

சிவனடியார்களும் ஆழ்வார்களும் தங்களின் இலக்கியத் திறனைக் கருவியாகப் பயன்படுத்தி இறைபக்தியின் உச்சநிலையைப் பலவாறு தெளிவுபடுத்துகின்றனர். இவ்வுச்ச நிலையில் தமிழின் சுவையைப் பருகுவதா இல்லை, இறைவனின் பக்தியை நாடுவதா என்னும் இக்கட்டான சூழலில் படிப்போரின் கவனம் ஊசலாரிடுகிறது. இறைபக்தி என்பது தமிழின் சுவையை வெளிப்படுத்துவதற்கான கருவி எனக் கொள்வோரும் உள்ளனர். அதேநேரத்தில் தமிழின் திறனைக் கொண்டே இறைபக்தியை உணரமுடியும் என்று அறிவோரும் உள்ளனர். இச்சூழலைப் பக்தியில் தமிழோடு ஆழ்ந்த ஆழ்வார்களின் எழுத்துவழி அறிகிறோம்.

நம்மாழ்வார் எழுதிய திருவாய்மொழி 1102 பாடல்களைத் தன்னகத்தே கொண்டுள்ளது. இப்பாடல்களின் சிறப்பு, பாடலின் கடைசிச் சொல் அடுத்த பாடலின் முதற்சொல்லாக வர அவை ஒரு சொல் மாலையாக அமைந்திருப்பதாகும். 'ஆழ்நிலை' என்னும் கருத்தை வலியுறுத்தும் இப்பாடல்கள் உத்திகள்

பலவற்றையும் பயன்படுத்தி ஈர்ப்புத்தன்மையின் உச்சத்தைப் புலப்படுத்துகின்றன.

நாமவ னிவனுவன் அவளிவளுவளெவள்
தாமவரிவருவர் அதுவிது வுதுவெது
வீமவை யிவையுவை யவைநலந் தீங்கவை
ஆமவை யாயவை யாய்நின்ற அவரே. (திருவாய். 4)

மொழியின் சொற்களை மையமாக வைத்து எழுதப்பட்ட இப்பாடல் தன்னிலை, முன்னிலை, படர்க்கை, ஒருமை, பன்மை, ஆண்பால், பெண்பால், அஃறிணை என அனைத்து நிலைகளுமாக இறைவன் திகழ்கிறார் என்னும் கருத்தை வலியுறுத்துகிறது. 'நாம், அவன், இவன், உவன், அவள், இவள், உவள், எவள், தாம், அவர், இவர், உவர், அது, இது, உது, எது, நல்ல, அவை, இவை, உவை, எவை, நலம், தீங்கு என அனைத்துமாக அவையாகவும் எவையாகவும் நின்றார் அவர்'.

குறிப்பாக 'ஆட்கொண்டார்' என்னும் கருத்தை நம்மாழ்வார் பாடல்களில் காண்கிறோம். இக்கருத்து சங்ககாலந்தொட்டு வழங்கிவரும் 'சாமியாடி', 'வெறியாட்டம்' போன்ற கருத்துகளோடு இயைந்திருப்பதை ஒப்பிட்டு நோக்கலாம். இறைவனே தன்னை ஆட்கொண்டார் என்று கூறும் நம்மாழ்வார் இறைவனே எல்லாமாக இருக்கிறார் எனப் பின்வரும் பாடல்வழி தெரிவிக்கிறார்.

ஆனான் ஆளுடையான் என்றஃ தேகொண் டுகந்துவந்து
தானே இன்னருள்செய்து என்னை முற்றவும் தானானான்
மீனாய் ஆமையு மாய் நர சிங்கமு மாய்க்குறளாய்க்
கானார் ஏனமுமாய்க் கற்கி யாம்இன்னம் கார்வண்ணனே.

(திருவா. 5–1–10)

'மீனாகியும் ஆமையாகியும் நரசிங்கமாகியும் குட்டையனாகியும் காட்டில் வசிக்கும் பன்றியுமாகியும் இன்னம் கற்கியும் ஆகின்ற கார்வண்ணன், என்னை முழுவதுமாகத் தானாக ஆக்கிக் கொண்டான்; 'ஆனான்,' 'ஆளுடையான்' என இனிமையான அருள் செய்து என்னை முற்றுமாக ஆட்கொண்டான்.'

மீன், ஆமை போன்ற அவதாரங்களை எடுத்து அருள் செய்து என்னை அவனாக ஆக்கிக்கொண்டான் என்னும் எண்ணம் கவிஞனின் இறைபக்தியின் உச்ச நிலை.

சாமி மனிதரைப் பிடித்து வெறியாட்டம் ஆடுவது 'சாமி ஆடுதல்', 'சாமி பிடித்தல்' என்னும் பெயர்களில் தற்பொழுதும் பழக்கத்தில் இருப்பதை அறிவோம். இத்தகையப் பண்பாடு

சங்கப்பாடல்களில் 'வெறிகொள்', 'வெறிபுரி', 'வெறியாட்டம்' என்னும் சொற்களோடு 'வேலனை' ஈடுபடுத்தி வழங்கி வருகிறது.

மூவிரு கயந்தலை முந்நான்கு முழவுத் தோள்
ஞாயிற்றோர் நிறத்தகை நளினத்துப் பிறவியை
காஅய் கடவுள் சேஎய்! செவ்வேள்!
சால்வ! தலைவ! எனப் பேஎ விழவினுள்
வேலவன் ஏத்தும் வெறியும் உளவே (பரி. 5:11–15)

'வேலன் ஏத்தும் வெறி' என்னும் பண்பு தமிழ்ப் பண்பாட்டோடு இணைந்ததாக இரு நிலைகளில் காணப்படும்.[3] பரிபாடல் போன்ற இறைவழிப் பாடல்களில் இது இறைவன் ஆட்கொள ஆடும் வெறியாட்டமாகவும் மற்ற அகப்பாடல்களில் இவ்வெறியாட்டத்தை உவமையாகக் கொண்ட ஆண்–பெண் உறவில் ஆணின் வெறியைக் குறிப்பதாகவும் இருக்கிறது.

கேளாய் எல்ல தோழி வேலன்
வெறிஅயர் களத்துச் சிறுபல தாஅய (அகம். 114)

'கேள்! தோழியே! வேலனுடைய வெறியினால் அயர்ந்து போகும் களத்தில் சிறிதும் பலவாகிறது...'

இஃதெவன்கொல்லோ தோழி மெய்பரந்து
எவ்வங் கூர்ந்த ஏமுறு துயரம்
வெம்மையின் தான்வருத்துறீஇ நம் வயின்
அறியாது அயர்ந்த அன்னைக்கு வெறியென
வேலன் உரைக்கும் என்ப ஆகலின்
வண்ணம் மிகுந்த அண்ணல் யானை
நீர்கொள் நெடுஞ் சுனை யமைந்துவார்ந்துறைந்தென்
கண் போல் நீலந் தண்கமழ் சிறக்குங்
குன்ற நாடனை உள்ளுதொறும்
நெஞ்சு நடுங் குறூஉமவன் பண்புதரு படரே (நற். 273)

"இது என்னவென்று அறியேன் தோழி! உடம்பெல்லாம் பரந்து எல்லா இடங்களிலும் காமத்தினால் ஏற்பட்ட துயரம். நம்பால் இருந்த வருத்தம் அறியாது அயர்ந்து தூங்கிய பெண்ணுக்கு ஏற்பட்டது வேலனின் வெறியாட்டத்தினாலேயே என்றால், நிறம் மிகுந்த யானை நீர் கொள்ளும் நெடிய சுனையைக் கொண்ட இடத்துக்குரிய தலைவனை மனத்தில் நினைக்கும் போதெல்லாம் அவன் பண்பை அறியும்போதெல்லாம் என் நெஞ்சு நடுங்குகிறது".[4]

---

3. "... நின்னை அழைப்பேனாகிய பூசாரியானவன், 'நின்னைப் போற்றித் துதித்து அழைத்து இயற்றும் வெறியயர்களத்துள், அச்சத்தை உண்டாகும் அவ் விழவுக்களத்தினுள், நீ அவன்பால் தோன்றிவருதலும் உண்மையே!" (புலியூர்க்கேசிகன், 2002:61).

4. 'வெறி என வேலன் உரைக்கும் என்ப' என்னும் அடிக்கு 'இது முருகணங்கு என்று வேலன் கூறாநிற்கும் என்பர்' என அ. நாராயணசாமி ஐயர் உரையில் குறிப்பிடுகிறார் (நாராயணசாமி 1962: 467).

இப்பாடல்களினின்று 'முற்றவும் தானானான்' எனக் கூறும் நம்மாழ்வாரின் கூற்றையும் 'வேலனின் வெறி' என அறியும் சங்ககாலக் கூற்றையும் ஒருவாறு அறிந்துணரலாம். இருப்பினும் 'வேலனின் வெறி'யை 'சாமியாடல்', 'சாமியாட்டம்' என இக்கால இறைப் பண்புக்கு இயைந்ததாகவே அறியவேண்டும். சங்ககாலப் பாடல்களில் 'வேலனின் வெறி' என்னும் பண்பை உவமையாக 'ஆண்–பெண்' உறவில் 'ஆணின்' வெறிப்பண்புக்குப் பரவலாகப் பயன்படுத்தி வருவதைக் காண்கிறோம். இத்தோடு 'வேலனின் வெறியயர் களம்' என்னும் வழக்கு அழகும் செறிவும் நிரம்பிய இடத்துக்கு உவமையாகச் சங்கப் பாடல்களில் அமைந்துள்ளன.

எம்மணங் கினவே மகிழ்ந முன்றில்
நனைமுதிர் புன்கின் பூத்தாழ் வெண்மணல்
வேலன் புனைந்த வெறியயர் களந்தொறும்
செந்நெல் வான்பொரி சிதறி யன்ன
எக்கர் நண்ணிய எம்மூர் வியன்துறை
நேரிறை முன்கை பற்றிச்
சூர மகளிரோ டுற்ற சூளே.

–கோப்பெருஞ் சோழன். (குறுந். 53)

ஆண்டாள் பாடல்களின் சிறப்பும் இலக்கியத் திறனும்

ஆண்டாள் பாடிய திருப்பாவையையும் நாச்சியார் திருமொழியையும் நாம் 'அகம்', 'பக்தி' என்னும் இரு கண்ணோட்டங்களில் அலசவேண்டியது தேவை. விஷ்ணுவின் மீது ஆண்டாளுக்கு இருந்த அளவிலாக் காதலை வெளிப்படுத்துவதாக வரும் இந்த இரண்டு பாடல் தொகுதிகளும் தமிழ்ச் சமூகத்தில் எந்த ஒரு இலக்கியமும் செய்யாத தாக்கத்தை ஏற்படுத்தி இன்னமும் மார்கழி மாதத்தில் விஷ்ணுவை வழிபட என்று திகழ்ந்து வருவது நோக்கத்தக்கது. பிரஞ்சுத் தத்துவஞானியான மிச்சல் போகால்ட் 'இலக்கியங்களின் ஈர்ப்புத்தன்மைக்கு' எடுத்துக்காட்டாக ஆண்டாளின் திருப்பாவையைக் கூறலாம். ஆண்டாள் இறைவன் மேல் இருந்த காதலை வெளிப்படுத்த அதுவே பெரிய அக இலக்கியமாகவும் பக்தி இலக்கியமாகவும் இன்னமும் தமிழர்களிடையே தொடர்ந்து திகழ்ந்து வருவதும் ஆழமாகச் சிந்திக்கத்தக்கன. ஆண்டாள் பாடல்களால் கவரப்பட்டதால் திருமண நிகழ்வுகளில் மணப்பெண்களைஆண்டாளாக வேடம் தரிக்கச் செய்கிறார்கள் (*Venkatesan 2010, p.33*). இது போன்ற இலக்கியங்கள்வழிப் பின்பற்றப்படும் பல வழக்கங்கள் தமிழ்ப் பண்பாட்டை ஓர் இலக்கியப் பண்பாடாகவே கருதச் செய்கின்றன.

இப்பாடல்கள் பிரபலப்படும் போதும் அவை அன்றாட வாழ்வில் தொடர்ந்து பாடப்பட்டு இறைவழியைத் தூண்டும்போதும்

அத்தகைய பாடல்களின் உரிமை அதை எழுதியவரிடமிருந்து பாடுபவருக்கும் கேட்பவருக்கும் மாற்றப்படுகிறது எனலாம் (காண்க: *Renganathan 2014, p. 652*). ஏனெனில் படைப்பாளியின் அதே ஆர்வத்தை, ஈடுபாட்டைப் பாடுவோரும் கேட்போரும் பெறுகின்றனர். ஆண்டாள், விஷ்ணுவை அடையவேண்டி ஈடுபாட்டுடன் எழுதிய பாடல்களைத் திருமணம் ஆகாத பெண்கள் தங்களுக்கு நல்ல கணவன் பெறவேண்டி அதே ஈடுபாட்டுடன் பாடிவருகிறார்கள் அல்லது மற்றவர்கள் பாடுவதைக் கேட்டுவருகிறார்கள். மார்கழி மாதமும் அதைத் தொடர்ந்த தை மாதத்தின் பிறப்பும் தமிழர்ப் பண்பாட்டில் இவ்விலக்கியம்வழி இரண்டறக் கலந்துள்ளன என்னும் செய்தியை, "தைப் பிறந்தால் வழி பிறக்கும்" என்னும் வாக்குவழி அறிகிறோம்.

திருப்பாவைப் பாடல்கள் ஒவ்வொன்றும் இருவேறு பொருளைத் தங்களிடையே கொண்டிருப்பன. ஒன்று, அவை ஆண்டாள் மற்றப் பெண்களின் கவனத்தைக் கவர்ந்து தான் இறைவனை அடையும் பொருட்டுத் தன்னோடு அவர்களையும் பாட அழைப்பதாக இருக்கும். மற்றொன்று, மங்கையர்கள் பாடும்போது மற்ற திருமணம் ஆகாத பெண்களைத் தங்களோடு இணைத்துக்கொண்டு அவர்கள் எல்லோருக்கும் ஒரு வழி பிறக்க இறைவனை நோக்கிப் பாடுவதாகவும் இருக்கும். இதையே பின்வரும் பாடல் தெளிவுபடுத்துகிறது. ஆண்டாள் பாடும்போது நாராயணனைத் தனக்கே பெறவேண்டிப் பாடுகிறாள்; மற்ற பெண்கள் பாடும்போது அவர்களுக்கு மனமியைந்த கணவன் கிடைக்கவேண்டி நாராயணனை வேண்டுவதாக இருக்கிறது. இவ்வழியில் அவற்றை எழுதிய கவிஞனின் விருப்பத்துக்கும் அப்பாற்பட்டு அவற்றைப் பாடுவோர்க்கும் கேட்போர்க்கும் உரிமையான அடிகளாகவும் அவை அமைகின்றன.

> உங்கள் புழக்கடைத் தோட்டத்து வாவியுள்
> செங்கழுநீர் வாய் நெகிழ்ந்து ஆம்பல் வாய் கூம்பின காண்
> செங்கற் பொடிக் கூரை வெண்பல் தவத்தவர்
> தங்கள் திருக்கோயில் சங்கிடுவான் போதன்றார்
> எங்களை முன்னம் எழுப்புவான் வாய்பேசும்
> நங்காய் எழுந்திராய் நாணாதாய் நாவுடையாய்
> சங்கோடு சக்கரம் ஏந்தும் தடக்கையன்
> பங்கயக் கண்ணானைப் பாடேலோர் எம்பாவாய். (திருப். 487)

'உங்கள் வீட்டுக்குப் பின்புறத்தில் இருக்கும் நீரோடையில் ஒடும் கழுநீரில் நெகிழ்ந்து ஆம்பல் மலர்கள் கூம்பியதைக் காணவும். செங்கல்பொடியால் அமைக்கப்பட்ட கூரையின் அடியில் வெள்ளைப் பற்களைக் கொண்ட தவநெறி போற்றியவர்கள் தங்களுடைய திருக்கோவிலில் சங்குகளை ஊதி எங்களை

எழுப்பினார்கள். நன்றாகப் பேசும் திறமையைக் கொண்ட பெண்ணே! எழுந்திரு! கூச்சம் அடையவேண்டாம். நன்றாகப் பேசும் திறம் கொண்ட நாக்கை உடையவளே! சங்கோடு சக்கரத்தையும் கொண்ட திடமான கையுடையவன் நாராயணன்! அழகான கண்களை உடையவன் அவன்! அவனைப்போற்றிப் பாடுவோம்! என்னுடைய மனத்திற்கு இனிய பெண்களே எழுந்திருங்கள்!'

இத்தகைய அடிகள் 'அகப்பாடல் வரிகள்' ஆகும். சங்ககாலத்தின் அகப்பாடல்களுக்கும் இந்த அடிகளுக்கும் உள்ள வேறுபாடு என்னவெனில் சங்ககாலத்தின் பாடல்கள் தலைவனின் பிரிவால் துயர்ப்படும் தலைவியின் நிலையையே பெரும்பாலும் எடுத்தியம்புகின்றன. ஆனால் இங்குத் தலைவனின் மனத்தைக் கவரும் முயற்சியில் ஈடுபடவேண்டிப் பெண்கள் அனைவரும் முயலவேண்டியதையே 'அகப்பொருள்' எனக் கொள்கிறோம். சங்ககால அகப்பாடல்களில் தலைவி தலைவனைக் கவரும் வண்ணம் எடுக்கும் எந்த முயற்சியையும் நாம் காண வில்லை. மலர்கள் தாதுவைக் காற்றில் வீசி வண்டுகளைக் கவரும் உவமையைப் பல பாடல்களில் காண்கிறோம். ஆனால் தலைவி தலைவனைக் கவரவேண்டி எடுக்கும் எந்த முயற்சியையும் சங்ககாலப் புலவர்கள் தம் பாடல்களில் எழுதவில்லை. அதாவது சங்ககாலத்தில் தலைவி, தலைவனின் பிரிவை எண்ணிப் பசலை நோயுண்டவளாக இருப்பதையே காண்கிறோம். பக்திப்பாடல்களில் மிக முக்கிய இடத்தைப் பெறும் 'திருப்பாவையில்' தலைவனைக் கவரும் முயற்சியில் ஈடுபடும் தலைவி அவனுடைய கேண்மை கிடைக்காத தருணத்தில் தலைவனை மனம் வந்தபடித் திட்டுகிறாள். இப்பண்பு சங்கப் பாடல்களுக்கும் பக்திப் பாடல்களுக்கும் இடையேயான முக்கிய வேறுபாடு. பெண்மை பெரும்பாலும் ஆண்மையோடு இணைந்துபோவதையே சங்கப் பாடல்களில் காண்கிறோம். சில இடங்களில் தோழியின் வழியாகத் தலைவனைத் திட்டும் அடிகள் வருகின்றன.[5] ஆனால் திருப்பாவையில் ஆண்டாளின் எண்ண வெளிப்பாடு விருப்பம், முயற்சி, வெறுப்பு என்னும் மூன்று நிலைகளைக் கொண்டவை. வெறுப்பு நிலையில் எழுதப்பட்ட நாச்சியார் திருமொழியில் ஆண்டாளுடைய சினத்தின் வெளிப்பாட்டைக் காண்கிறோம்.

---

5. '...நெய்தல் உண்கண் பைதல கலுழப் பிரிதல் எண்ணினை ஆயின்' – அகம். 10 'நெய்தல் மலரைப் போன்ற கண்ணுடையது எம் தோழியின் கண்கள். அவளைப் பிரிய நீ எண்ணினாய்!; "பொய்யால் அறிவென் நின் மாயம் அதுவே" – அகம். 256 'பொய்ப்பேசும் உன்னுடைய மாயத்தை நான் நன்கு அறிவேன்'.

அகப்பொருளில் விருப்பு, முயற்சி, வெறுப்பு

ஆண்டாள் பாடல்களான ‘திருப்பாவை’ ‘நாச்சியார் திருமொழி’ என்னும் இரு பாடல் தொகுப்பின் வழி இன்னொரு முக்கிய உண்மையும் அறியவேண்டுவதாகும். விருப்பு, முயற்சி, வெறுப்பு என்னும் தொடர்ச்சியான கருத்துகளை ஆண்டாள் பாடல்களின்வழி அறிந்துணர வேண்டும். ஆண்டாள் பாடல்கள் விஷ்ணுவின் மீதுள்ள அளவிலாத விருப்பத்தைக் காட்டும் வழியிலேயே தொடங்குகிறது.

ஆண்டாள், கடவுளின் மீது தனது அளவற்ற விருப்பத்தை ஆழிச் சங்கிடம் தான் கொள்ளும் உரையாடல்வழித் தெரிவிப்ப தாகப் பின்வரும் பாடல் மூலம் அறிகிறோம்.

கருப்பூரம் நாறுமோ கமலப்பூ நாறுமோ,
திருப்பவளச் செவ்வாய்தான் தித்தித்தி ருக்குமோ,
மருப்பொசித்த மாதவன்றன் வாய்ச்சுவையும் நாற்றமும்,
விருப்புற்றுக் கேட்கின்றேன் சொல்லாழி வெண்சங்கே. (திருப். 567)

‘மாதவனின் வாயில் குடிகொண்டிருக்கும் வெண்சங்கே கூறு! நான் இறைவனுக்கு அளிக்கும் கருப்பூரம்தான் நாறுமோ? நான் அவனுக்குச் சூடும் அழகிய மலரின் நறுமணமும்தான் நாறுமோ? பவளம் போன்ற திருச் செவ்வாய் மட்டும்தான் தித்திக்குமோ? குற்றமற்ற மாதவனின் வாய்ச்சுவையையும் அவனுடைய மணத்தையும் அனுபவிக்க விருப்பமுற்றுக் கேட்கிறேன். எனக்குக் கிடைக்காத அப்பேற்றைப் பெற்ற வெண்சங்கே கூறு. அவனுடைய வாய்ச்சுவையையும்அவன்நறுமணத்தையும் பெற நான் விருப்புற்றேன் என மாதவனிடம் நீ எனக்காகக் கூறு!’

நாராயணனின் வாய்ச்சுவையைச் சுவைக்கத் துடிக்கும் ஆண்டாளின் ஏக்கமான எண்ணத்தை இப்பாடலின் அடிகளிலிருந்து அறிகிறோம். விருப்பத்தைத் தெரிவிக்கும் பாடலாக மட்டுமல்லாமல் ஆழிச்சங்கின்வழித் தன்னுடைய விருப்பத்தை நிறைவேற்றிக்கொள்ள முயற்சி செய்யும் பாடலாகவும் இப்பாடலை நாம் காண்கிறோம். இன்னும் பல நாச்சியார்திருமொழிப் பாடல்களில் சினத்தின் உச்சத்தைக் காணமுடிகிறது. குறிப்பாக ‘தடமுலைகள் மானிட வர்க்கென்று பேச்சுப்படில் வாழகில் லேன்கண்டாய் மன்மதனே.’ (நாச்சி. 508) என இறைவனுக்கே தனது உடலுறுப்புகள் எனக் கூறும் பாடலும், ‘ஏமத்தோர் தென்றலுக்கிங் கிலக்காய்நா னிருப்பேனே.’ (நாச்சி. 578) என இறைவனோடு இணைந்திருக்க விரும்புவதைக் குறிப்பிடும் பாடலும் ‘கொங்கைதன்னைக் கிழங்கோடும் அள்ளிப்பறித்திட்ட வன்மார்வில் எறிந்தென்அழலைதீர்வேனே.’ (நாச்சி. 634) ‘எனது மார்பகத்தை வேரோடு பிடுங்கி அவனுடைய மார்பில் எறிந்து

எனது காமப்பசியைத் தீர்த்துக்கொள்வேன்' எனச் சினத்தைத் தெரிவிக்கும் பாடலும் ஆண்டாளின் வெவ்வேறுபட்ட மனநிலையை விருப்பு, முயற்சி, வெறுப்பு எனப் படிப்படியாகக் காட்டுகின்றன. இத்தகைய பாடல்கள் அக இலக்கியத்தின் கூறு எனவே ஆகும்.

இங்கு தலைவன், தலைவியின் விருப்பத்துக்கு இணங்காத நிலையைக் காண்கிறோம். ஆனால் சங்கப் பாடல்களில் தலைவன் தலைவியோடு இன்பம் அனுபவித்துவிட்டு அவளை விலகும் நிலையையே பார்க்கிறோம். இவ்வாறு தலைவி என்பவள் எப்பொழுதும் தலைவனுக்கு ஈடுகொடுப்பவளாகவே இருக்கிறாள் என சங்கப்பாடல்கள் சித்திரிக்கின்றன. தோழிவழியே கவிஞர்கள் தலைவனின் மாயப்போக்கை வெளிப்படுத்துகின்றனர். பின்வரும் குறுந்தொகைப் பாடல் இதற்கு ஓர் எடுத்துக்காட்டு.

கன்றுதன் பயமுலை மாந்த முன்றில்
தினைபிடி உண்ணும் பெருங்கல் நாட
கெட்டிடத் துவந்த உதவி கட்டில்
வீறுபெற்று மறந்த மன்னன் போல
நன்றிமறந் தமையா யாயின் மென்சீர்க்
கலிமயிற் கலாவத் தன்ன இவள்
ஒலிமென் கூந்தல் உரியவா நினக்கே. – கபிலர். (குறுந். 225)

"முன்கட்டில் கன்று தனது மடியிலிருந்து பால் பருகிக் கொண்டிருக்கப் பசு தினையை உண்ணும் பெருங்கல் நாட்டைச் சேர்ந்தவனே! போரில் வெற்றி கண்டு அரசை ஆளும் மன்னன் தனக்கு உதவியோரை மறந்தது போலத் தலைவி உன்னோடிருந்த அன்பை மறந்தாய் என்றால் மயிலிறகைப் போன்ற அழகானதும் மென்மையானதுமான அவளுடைய கூந்தல் இனி உனக்கு உரிமையாயிருக்காது." தலைவியின் அன்பை மறந்த தலைவனே தலைவி இனி உனக்குக் கிடைக்கமாட்டாள் என்று தோழி வழி அறியப்படுகிறது. தனது அன்பை என்றுமே பெறாமல் புறக்கணிக்கப்பட்டவள் என்று ஆண்டாள் கூறுகிறாள். அன்பைத் தொடர்ந்து பெறாமல் இடையில் விட்டுவிட்டுச் சென்ற தலைவனைப் பற்றிக் கபிலர் கூறுகிறார். இவ்வழியில் சங்ககாலத்தில் ஆணின் அறவழியிலிருந்து விலகிய நிலையைக் குறிப்பிட்டுப் பெண்ணின் பணிவான குணத்தை மேம்படுத்தும் நிலையைக் காண்கிறோம். இதற்கு எதிர்மாறாகப் பக்தி இலக்கியத்தில் ஆணின் அறவழியிலிருந்து தவறாத நிலையையும் பெண்ணின் பிடிவாதக் குணத்தையும் காண்கிறோம். இச்சூழல் சங்ககாலத்திலிருந்து பக்திக்காலத்துக்கு மருவிய இலக்கியத்தின் மாற்றத்தில் ஒன்றாகும்.

சமய இலக்கியங்களில் தமிழ்ச்சொற்களும் வடச்சொற்களும்

முன்னரே விளக்கியபடி சமய இலக்கியங்கள் தன்னகத்தே வடச்சொற்கள் பலவற்றையும் இணைத்து ஒன்றுக்கொன்று ஈடாக அவற்றின் ஈர்ப்புத்தன்மையை ஏற்படுத்தியதால்தான் அதிகமான வடச்சொற்கள் தமிழர்களிடையே பயன்பாட்டுக்கு வந்தன. இவ்வகையில் அத்தகைய ஈர்ப்புத்தன்மையோடு சமய இலக்கியங்களில் பயன்படுத்தப்பட்ட இவ்விரு மொழிகளின் சொற்களையும் கூர்ந்துநோக்ககுவோம்.

பரிதி, ஞாயிறு, சூரியன், பகலவன்

பரிதி எனும் சொல்லைப் "பரிதிபோற் றிருமேனி உடையான் றன்னை," (தேவாரம் 6.29.8) "பரிதிபோற் றிருமேனிப் பால்நீற் றானை" (தேவாரம் 6.29.9) என இறைவனின் திருமேனிக்கு நிறம் உவமையானது. "வெங்கதிர்ப் பரிதி வட்டத் தூடுபோய் விளங்கு வாரே," (திவ்யப்பிரபந்தம் 4.5.10) எனப் பரிதியின் வெம்மைத் தன்மை பயன்பட்டது. "பரிதிநிய மத்தானைப் பாசூ ரானை", (தேவாரம் 6.79.5), "பரிதி நியமத்தார் பன்னிருநாள் வேதமும் வேள்விப் புகையு மோவா . . ." (தேவாரம் 6.2.2) என வரும் பாடல்களில் பரிதிநியமத்தான் எனப் பரிதியின் பொதுக் குணத்தோடு சிவனைக் குறிப்பிடுவதையும் காண்கிறோம்.

> . . .
> விரிதிரை முந்நீர் மண்திணி கிடக்கைப்
> பரிதிஅம் செல்வம் பொதுமை இன்றி
> நனவின் இயன்றது ஆயினும் . . . (அகம். 382)

இந்த அகநானூற்றுப் பாடலில் பரிதியின் பரந்தத் தன்மையை ஒப்பிட்டிருப்பது நோக்கத்தக்கது. பின்வரும் புறநானூற்றுப் பாடலில் பரிதி என்னும் சொல் வட்ட வடிவுள்ள உலகம் என வந்தது.

> அணங்குடை அவுணர் கணம்கொண்டு ஒளித்தெனச்,
> சேணவிளங்கு சிறப்பின் ஞாயிறு காணாது,
> இருள்கண் கெடுத்த பரிதி ஞாலத்து
> இடும்பைகொள் பருவரல் தீரக், கடுந்திறல் ... (புறம். 174)

'பரிதி' எனும் சொல்லைக்காட்டிலும் ஞாயிறு எனும் சொல் சங்க நூற்களிலும் (கிட்டத்தட்ட 38 இடங்கள்) சமய இலக்கியங்களிலும் (கிட்டத்தட்ட 34 இடங்கள்) பரவலாகப் பயன்படுத்தப்பட்டு வந்ததால் 'பரிதி' எனும் சொல் வழக்கிழந்தது. இவ்விரு சொற்களோடு சூரியன் எனும் சொல்லையும் சமய இலக்கியங்களில் புகுத்தியிருக்கின்றனர். குறிப்பாக இச்சொல்லைத்

திருமூலரின் திருமந்திரத்தில் சந்தத்தோடு ஈர்ப்புத்தன்மையைக் கொடுத்திருப்பதை நோக்கவேண்டியுள்ளது.

சூரிய காந்தமும் சூழ்பஞ்சும் போலவே
சூரிய காந்தம் சூழ்பஞ்சைச் சுட்டிடா
சூரியன் சந்நிதி யிற்சுடு மாறுபோல்
சூரியன் தோற்றமுன் அற்ற மலங்களே. (திருமந். 117)

'சூரியக் கதிர்களைச் சூழ்ந்துள்ள வெண்ணிறப் பஞ்சு என்றும் சுட்டு எறியாது! அங்ஙனமே சூரியக் கதிர்களைச் சுற்றி நற்சூழலே என்றும் பெருமிதம் கொள்ளுமே தவிர மலங்கள் எதற்கும் அங்கு எவ்விடமும் இருக்காது.'

3. மொழி மாற்றங்களும் இலக்கியத்தின் பங்கும்

சங்கத் தமிழிலிருந்து இக்காலத் தமிழ் மாறிய விதத்தை அறிய பல்வேறு காலகட்டங்களிலும் ஏற்பட்ட மொழியியல் மாற்றங்களை முறைப்படி விளக்குவது மிகவும் அவசியமாகிறது. பல சொற்கள் வழக்கிழந்துள்ளன! புதிய சொற்கள் வழக்குக்கு வந்துள்ளன! பல வாக்கிய அமைப்புகள் இக்காலத் தமிழில் உருவாகியுள்ளன! இம்மாற்றங்களை முறையாக விளக்கி எழுதப்பட்ட வரலாற்று இலக்கணம் இல்லையென்றால் இக்காலத்தவருக்குச் சங்கத்தமிழின் பல சொற்களும் வாக்கிய அமைப்பு களும் புரியாத புதிராகவே இருக்க நேரிடும். சங்கம், இடைக்காலம், இக்காலம் என இலக்கணத்தை மூன்றாகப் பிரித்து நோக்கும்போது அவற்றிடையே வேறுபாட்டுக்கான விளக்கங்கள் வரலாற்று மொழியியல் நோக்கில் தொடர்ச்சியாக இருப்பதைக் காணலாம். மேலும் இந்த வேறுபாட்டுக்கான காரணங்களையும் கூறவேண்டியது அவசியமாகிறது.

மாற்றங்களைப் பட்டியலிட்டுக் கூறுவது மட்டுமே வரலாற்று இலக்கணமாக இருக்க இயலாது. மாறாக வாக்கிய மாற்றங்களும் புதிய சொற்களும் வந்த விதத்தோடு அவற்றை இழந்த விதத்தையும் முறைப்படி கணிக்கவேண்டிய சூழல் கட்டாயமாகிறது. தமிழ் வரலாற்று இலக்கணம் என்பது இலக்கியங்களின் அடிப்படையில்தான் கட்டாயம் இருக்கவேண்டும். இந்நிலையில் பண்பாட்டின் அடிப்படையில் பக்தி எப்படி மொழி மாற்றத்துக்கு அடிகோலாக

இருந்தது? திருமூலர், அப்பர் போன்ற சிவனடியார்கள் அளவுக்கு அதிகமாகத் தங்களின் பக்தியை வெளியிட்ட போது அவர்களின் பாடல்கள் பிற்காலத் தமிழை எங்ஙனம் மாற்றியுள்ளன என்பதை விளக்கவேண்டியிருக்கிறது. செம்மொழி வழக்கில் இருந்த சில சொற்கள் மட்டும் இக்காலத் தமிழில் இருக்கின்றன! மொழியியல் அறிஞர்கள் சொற்கள் இலக்கண விகுதிகளாக மாறும் தன்மையை மொழியின் இலக்கணவாக்கம் (grammaticalization) என்னும் அடிப்படையில் படித்துள்ளார்கள். பெரும்பாலும் பல்வேறு தொடர்கள் வெவ்வேறு விதமாக அண்மைப்படுத்தப்படும்போது (reanalysis) இலக்கண உருபுகள் உருவாகலாம் என்கின்றனர். அது போன்றே ஒரு சொல்லின் பொருளைப் பல்வேறு மாற்றங்களில் வெவ்வேறு முறையில் கருத்துருவாக்க நிலையில் (metaphorization) காணும்போதும் உருபுகள் உருவாக வாய்ப்புண்டு என்கின்றனர் (காண்க: Hopper and Traugot 1993, Campbell 1999 etc.). அதனால் மொழிமாற்றம் என்பதை மொழியைப் பல்வேறு கோணங்களில் பயன்படுத்தும்போதே தன்னிச்சையாக ஏற்படுகிறது என்கிற எண்ணத்தின் அடிப்படையில் அலசிப்பார்க்கவேண்டும். இவ்வகையில் இடைக்காலத் தமிழிலிருந்து சில உருபுகளையும் சில வழக்குகளையும் முன்வைத்து அவை இன்று எப்படி வழக்கில் வந்துள்ளன என்பதை விளக்கலாம்.

குறிப்பாகப் பொருள் மயக்கம், எளிமையாக்கம், அன்வயப்படுத்தல், இலக்கிய வழக்கிலிருந்து பேச்சுவழக்குக்கு மாறுதல் போன்ற மொழியியற் பண்புகள் பல மாற்றங்களின் காரணமாகி 'இக்காலத் தமிழ்' எனும் புது நடையான கண்ணோட்டத்தை விளக்குகிறது இப்பகுதி.

வழக்கிழந்த உருபுகளும் வினையமைப்புகளும்

இடைக்காலத்தில் "கடவுள் என் உள்ளத்தில் நின்றார்," என்றே கூறினர்.

> வெள்ளநீர்ச் சடைய னார்தாம்
> வினவுவார் போல வந்தென்
> உள்ளமே புகுந்து நின்றார்
> ... (நான்காம் திருமுறை – பாடல் 9)

சிவனின் பண்புப் பெயரான 'வெள்ள நீர்ச் சடையனார்' என் உள்ளத்தில் புகுந்து நின்றார் என்பதை இப்பாடல் விளக்குகிறது. ஆனால் இக்காலத்தில் 'கடவுள் என் உள்ளத்தில் இருக்கிறார்,' என்றே வழங்குகிறோம். இக்காலத் தமிழின் சில வழக்குளை உற்றுநோக்கினால் வரலாற்று அடிப்படையில் ஏற்பட்ட பல உண்மைகள் தெரியவரும். உதாரணமாக 'எதிர்பாராமல்' என்கிறோம். ஆனால் 'எதிர்பார்க்காமல்' என்று

சொல்வதில்லை. இதற்குக் காரணம் இந்த எதிர்மறை வினை 'எதிர்பார்' எனும் கூட்டுவினையிலிருந்து உருவாக்கப்பட்டு 'யாரும் எதிர்பார்க்காமல்' எனும் தனிச் சொல்லாக்க முறையில் உருவாகியிருக்கிறது. இவ்வாறே 'காணாமல் போனது' என்கிறோம். ஆனால் 'காண்காமல் போனது' என்றோ 'பார்க்காமல் போனது' என்றோ சொல்வதில்லை. இதற்குக் காரணம் 'காண்' எனும் வினையிலிருந்து 'காணாமல் போ' என்று தனிச் சொல் மாறியதே காரணம் எனலாம். மேலும் 'கூறுமின்', 'கூறன்மின்' என்று சமய இலக்கியங்களில் அதிகமாகப் பயன்படுத்தப்படும் கட்டளை வழக்கோ 'கரியன்கொல்', 'சேயன்கொல்' என்னும் ஏவல் வழக்கோ 'நினைக்கிலார்', 'அறிகிலார்' என்று சொல்லும் தற்கால உருபு வழக்கோ இக்கால வழக்கில் இல்லை. இக்காலத் தமிழ்வழக்கில் இருக்கும் 'பார்க்க முடியாது', 'சொல்ல முடியாது' என்னும் வினையமைப்புகள் செம்மொழியில் 'காணவொண்ணாது', 'விளம்பவொண்ணாது' என்று இருந்திருக்கின்றன. இவ்வாறு ஆராயும்போது சில மாற்றங்களை அறிந்துகொள்ளலாம். மேலும் சங்ககால, இடைக்கால வழக்குகளை ஒப்பிடும்போது இடைக்கால நூல்களில் பல புதிய உருபுகளும் இலக்கண அமைப்பும் வந்திருக்கின்றன. அதேநேரத்தில் சங்ககாலத்தில் பயன்படுத்தப்பட்ட பல வழக்குகள் இடைக்காலத்தில் குறைவாகப் பயன்படுத்தப்பட்டுள்ளன (காண்க: *Shanmugam 1995*).

'லாம்' என்ற உருபு தோன்றிய விதம்

'லாம்' என்ற உருபு தோன்றிய விதமும் அதற்கு எங்ஙனம் 'அன்மைப் படுத்தல்' எனும் மொழியியற் பண்பு காரணமாக இருந்தது எனவும் இப்பகுதியில் காண்போம். இன்று 'லாம்', 'முடியும்', 'வேண்டும்' போன்ற உருபுகள் நன்கு வளர்ந்த நிலையில் இவற்றை அமைப்பு அடிப்படையில் ஒரே தன்மையுடையனவாக விளக்குகின்றனர் மொழியியல் அறிஞர்கள். இவற்றை இடைக்காலத் தமிழிலோ சங்கத் தமிழிலோ காண முற்படும்போது இவை அங்கு வெவ்வேறு முறையில் பயன்படுத்தப்பட்டிருப்பதை அறிவோம். 'முடியும்' என்னும் சொல்லுக்குப் பதிலாக 'ஒண்ணும்' 'வல்லான்' என்னும் சொற்கள் வழக்கில் இருந்துள்ளன. 'ஆடவல்லான்', 'கூற இயலும்' என்றெல்லாம் காண்போமே தவிர 'பார்க்கமுடியும்' என்பது போன்ற அமைப்புகளைக் காண்பது அரிது. இது போன்றே 'லாம்' என்ற உருபின் பொருளைச் 'செய்யல் ஆகும்', 'பார்க்கல் ஆகும்' போன்ற வினை அமைப்பில் பெற முடிகிறது. இடைக்காலத் தமிழில் 'அல்' வினைகளே அடிப்படை வினையாக வந்துள்ளன. 'கேட்டறியலானார்', 'செலவிடலானார்' போன்ற அமைப்புகள் பத்தொன்பதாம் நூற்றாண்டுவரை மிகச் சரளமாகப்

பயன்படுத்தப்பட்டு வந்துள்ளன. இடைக்கால மொழியில் ஏற்பட்ட அன்வழிப்படுத்தப்பட்ட மாற்றத்தின் அடிப்படையில் 'செய்யல் ஆகும்' என்பது போன்ற வினையடிகள் 'செய்யலாம்' என மாறின. திருமந்திரத்தில் இவ்வாறான வழக்குகள் நிறைய உள்ளன. திருமந்திரத்திலேயே இதன் மாற்றுவடிவமாக 'தூர்க்கலும் ஆமே' (திருமந். 212) என்ற வழக்கையும் காண்கிறோம். 'ஆகும்' என்னும் வினை வலிவற்ற 'க' எனும் ஒலியை இழந்து 'ஆம்' எனும் மாற்று வடிவத்தைக் கொண்டது, தமிழின் வினையமைப்பில் பெரிய மாற்றம் ஏற்படக் காரணமாயிற்று. திருமூலரின் மொழிப்பயன்பாடுதான் இதற்குக் காரணம் என்றுகூடக் கூறலாம். இடைக்காலத்தில் 'அல்' எனும் உருபு 'பார்க்க', 'சொல்ல' போன்ற வினையமைப்புக்கு ஈடாகப் பயன்படுத்தப்பட்டு வந்துள்ள நிலை மாறி வழக்கிழந்துவிட்டது. 'பார்க்கல் ஆகும்' என்பதிலிருந்து வந்த 'பார்க்கல் ஆம்' என்னும் சொல்லமைப்பை இணைத்தால் 'பார்க்கலாம்' என்னும் வடிவம் வருகிறது. இதுவே பிற்காலத்தில் 'பார்க்க லாம்' என அன்வயப்படுத்தப்பட்டு 'பார்க்கலாம்' என்னும் வினையமைப்பு வரக் காரணமாகிறது. இக்கருத்தை வரலாற்று இலக்கணத்தில் கொடுக்கும்போது 'பார்க்கல் ஆகும்' என்னும் பயன்பாட்டினின்று 'ஆகும்', 'ஆம்' என ஒலியன் குறைப்பில் (lenition) மாறிய வழக்கையும் காட்டிப் பின்னர் 'அல்', 'ஆம்' என்னும் உருபுகள் இணைவதையும் விளக்க வேண்டியுள்ளது. திருமந்திரத்தில் 'அருள் பெற லாமே' (திருமந். 36) என்பது போன்ற வழக்கு இருக்கின்றது. திருமந்திரத்தின் இம்மூன்று நிலைகளுக்கான எடுத்துக்காட்டுகளும் (–அல் ஆகும், –அல் ஆம், –அ லாம்) நமக்குக் கிடைக்கப்பெறுகின்றன. இவ்வாறன்றிச் சில மாற்றங்கள் ஒவ்வொரு நிலையிலும் பல காலக்கட்டங்களைக் கடந்தவண்ணமாகக் கூட இருக்கலாம். அவற்றை விளக்கும்போது உதாரணங்களைப் பல்வேறு நூல்களினின்று எடுத்துக்காட்டவேண்டிய சூழல் ஏற்படலாம் (காண்க: Renganathan, 2010).

ஆகும் என்னும் வினை ஆம் என மாறியது ஒரு பொதுவான மாற்றத்தின் அடிப்படையில் ஆகும். இவ்வகை மாற்றங்களை ஒலியன் குறைப்பு என மொழியியல் வழி அறியலாம். 'போகும்' என்பது 'போம்' எனவும் 'எல்லாம்' என்னும் சொல் 'எலாம்' எனவும் மாறி வழங்கியிருப்பதை நாம் இடைக்காலத் தமிழிலும் சங்கத் தமிழிலும் காணலாம். இம்மாற்றத்தில் குறிப்பாக 'ஆகும்' என்பது 'ஆம்', எனவும் 'நோகும்' என்பது 'நோம்' (நோம்என் நெஞ்சே நோம்என் நெஞ்சே – குறு:199) எனவும் 'ஆகாது' என்பது 'ஆது' எனவும் மாறியதும் தமிழின் சொற்றொடர் மாற்றத்திற்குப் பல வகையிலும் வித்திட்டுள்ளன. மேற்கூறிய மாற்றங்களின் அடிப்படையிலேயே வராது, போகாது போன்ற எதிர்மறை

வினைகள் முறையே வரல் ஆகாது, போகல் ஆகாது என்று வந்திருக்கின்றன.

இவ்வகை ஒலி அடிப்படையிலான மாற்றங்கள் பல வரலாற்றில் நிகழ்ந்துள்ளன. மொழி முதல் யகர மெய் கெடல் வழியாக யாறு > ஆறு, யார் > ஆர் என்பன, சொல்லிறுதி ழகரம் ணகரமாக மாறுதல் – சோழ நாடு > சோணாடு வாழ்நர் > வாணர் – போன்ற மாற்றங்களைச் சண்முகம் எடுத்துக்காட்டுகிறார் (காண்க: சண்முகம், 2009). இம் மாற்றங்களால் ஒரு புதிய நடை வந்தது.

‘பொழுது’, (பொழுதென வரைதி புறக்கொடுத் திறத்தி – புறம் 8), என்னும் சொல் ‘போழ்து’ (இப்போழ்து போழ்தென் றதுவாய்ப்பக் கூறிய – கலி 93) எனவும் மலையாளத்தில் ‘போழ்’ எனவும் ஆகி, பின்னர் ‘ழ்’ விடுபட்டு ‘போது’, ‘போ’ எனவும் மாறிய விதத்தை வையாபுரிப்பிள்ளை (1944:4) ‘ஒலி முயற்சியின் எளிமை’ காரணமாக நிகழ்ந்தது என விளக்குகிறார். இம்மாற்றங்கள் இருவேறு காலக்கட்டங்களில் ஒரு மாற்றத்துக்கு மேல் இன்னொரு மாற்றமாக ஏற்பட்டிருக்கின்றன. ‘க’ என்பது ‘ஹ’வாக ஒலிக்குறைப்பு எனும் மொழியியல் பண்பின் முதற்கட்டத்தில் மாறியிருக்கிறது. இதையே ஆங்கிலத்தில் ‘lenition’ என்று கூறுவார்கள் (காண்க: Jeffers and Lehiste 1979 pp. 121–22). அடுத்த கட்டமாக ‘ஹ’ என்று எளிமைப்படும் வண்ணம் ஒலியிழப்பு ஏற்பட்டிருக்கிறது. இதையே ‘phonological reduction’ என்று கூறுவார்கள். இந்த மொழி மாற்றங்களால் இக்கால விகுதிகளாக ‘ஆது’ < ‘ஆகாது’, ‘ஆம்’ < ‘ஆகும்’, ‘லாம்’ < ‘அல் ஆகும்’ போன்றவை கிடைக்கப்பெற்றுள்ளன.

தொடர்வினைகளும் மயக்கம் தரும் மொழியியற் சூழலும்

சங்ககாலத்திலும் இடைக்காலத்திலும் தொடர்வினைகள் (phrasal verbs) பரவலாகப் பயன்படுத்தப்பட்டு வந்துள்ளன. ‘மேல் எறிந்து உள்ளே வெளிசெய்த அப்பொருள்,’ என்கிறார் திருமூலர். ‘தீயினாற் சுட்டப் புண் உள்ளாறும்,’ என்கிறார் திருவள்ளுவர். ‘வெளிசெய்’, ‘உள்ளாறு’, ‘வெளியுறு’, ‘உள்ளிடு’, ‘உள்நோக்கு’ போன்ற வினையமைப்புகளைச் செம்மொழியில் பரவலாகப் பயன்படுத்தியுள்ளனர். இவ்வினைகளே ‘வெளியேறு’, ‘உள்நோக்கம்’, ‘உடன்பிறந்தோர்’ போன்ற கூட்டுச்சொற்கள் வரக் காரணமாக இருந்தன! இப்புதிய சொற்கள் வழக்குக்கு வந்த பின் இவ்வினைகளும் இவ்வினையமைப்புகளும் ஒட்டுமொத்தமாக வழக்கிழந்தன. இவ்வுண்மையை எங்ஙனம் வரலாற்று இலக்கணத்தில் எடுத்தியம்புவது? இதற்கு இவ்வினைகளெல்லாம் பயன்படுத்தப்பட்ட இடங்களை

அறுதியிட்டுக் காட்டுவதோடு இவ்வினை அமைப்புகள் எப்படித் தனி வினையாகவோ தனிப் பெயராகவோ மாற்றம் கொண்டுள்ளன என்பதைக் காட்டவேண்டியது தேவையாகிறது. "என் உள்ளத்து உடன்இயைந்தாளே," (திருமந். 1114) எனவும், "பெரியார் உடன்கூடல் பேரின்பமாமே," (திருமந். 545) எனவும் வரும் சொற்றொடர்களைத் திருமந்திரத்தில் காண முடிகிறது. இச்சொற்றொடரில் வரும் உடன் என்னும் சொல் 'உடன்இயை', 'உடன்கூடு' என்பன போன்ற தொடர்வினையாகவே பயன்படுத்தப்பட்டு வந்துள்ளமை விளங்குகிறது. இதையே பிற்காலத்தில் பிரித்து 'உடன்' என்னும் உருபாகப் பயன்படுத்தி வந்திருக்கிறோம். மேற்படிச் சொற்றொடர்களை "என் உள்ளத்துடன் இயைந்தாளே," எனவும், "பெரியாருடன் கூடல் பேரின்பமாமே," எனவும் அறியும்போது இவை முற்றிலுமாக ஒரே பொருளைத் தருகின்றன எனக் கூறுவது இயலாது. இருப்பினும் குறிப்பாக 'உடன்இயை', 'உடன்கூடு' என்னும் வினை வகைகள் வழக்கில் இல்லை எனும் நிலையில் வினைகளே 'உடன்' என்னும் உருபை இக்காலத்தமிழுக்குக் கொண்டுவர இவை வித்திட்டன எனலாம். இம் மாற்றம் சொற்றொடரிலுள்ள சொற்களை வெவ்வேறு நிலையில் அன்வயப்படுத்தி வெவ்வேறாகக் காணும்போது ஏற்பட்டிருக்கலாம். முக்கியமாக "மாயரோடு உடன்வளை கோல் வீச," என்னும் தொடர் திவ்யப்பிரபந்தத்தில் வருகிறது. இதில் உள்ள 'ஓடு' என்னும் விகுதி வேற்றுமை விகுதியாகவும், 'உடன்' எனும் சொல் வினைத்தொடரோடு கொண்ட வினையாகவும் வழங்கப்பட்டிருப்பமையின் இடைக்காலத்தில் வழக்கிலிருந்த இவ்வகையான தொடர்வினைகளின் தனித்தன்மை விளங்கும். மேலும் 'உடன்படு' 'உடன்பிற' போன்ற வினைகள் மேற்படி வகை தொடர்வினைகளாகப் பயன்படாமல் தனிவினைகளாக இக்காலத்தில் பயன்படுவது நோக்கத்தக்கது. இச்சூழலில் இதை வரலாற்று அடிப்படையில் ஏற்பட்ட மாற்றமாகவே கொள்ளவேண்டும். இவற்றை மயக்க நிலையால் ஏற்பட்ட மாற்றம் எனலாம். "பெரியார் உடன்கூடல் பேரின்பமாமே," (திருமந். 545) என்னும் தொடரை 'பெரியார்' 'உடன்கூடல்' பேரின்பம் எனவும் கொள்ளலாம். 'பெரியாருடன்' 'கூடல்' பேரின்பம் எனவும் கொள்ளலாம். இங்ஙனமே "என் உள்ளத்து உடன்இயைந்தாளே," (திருமந். 1114) என்ற தொடரை "என் உள்ளத்துடன் இயைந்தவள்," எனவும் "என் உள்ளத்தில் உடனியைந்தவள் இருக்கிறாள்," எனவும் கொள்ளலாம். இத்தகைய மயக்கம் தரும் சூழல்கள் ஏற்படுகிறபோது அவற்றைப் போக்கும் பொருட்டு ஏதாவது ஒரு வடிவம் வழக்கிழக்க வாய்ப்பிருக்கிறது. இவ்வகையில் 'உடன்', 'வெளி', 'உள்' போன்ற உருபுகளை இக்காலத்தில் அதிகமாகப் பயன்படுத்தத் தொடங்கியவுடன், இவ்விகுதிகளிலிருந்து

கூட்டுவினைகள் வழி உணரப்படும் மயக்கத்தைப் போக்கும் நோக்கத்தில் உருவாக்கும் முறை வழக்கொழிந்தன.

இலக்கியங்கள்வழி 'இலிருந்து', 'இடமிருந்து' போன்ற விகுதிகள்

'இலிருந்து', 'இடமிருந்து' என்னும் இரு விகுதிகளையும் இடைக்கால சொற்றொடர்களைக் கொண்டு நோக்கும்போது இவ்விகுதிகள் இக்காலத்தமிழுக்கு வந்ததன் சில அடிப்படை உண்மைகளை அறியமுடிகிறது. இங்குக் கொடுக்கப்பட்டுள்ள உதாரணங்களைக் காணும்போது மேற்சொன்ன மொழியியல் மாற்றமான அன்வயப்படுத்துதல்தான் இதற்கும் காரணம் எனத் தோன்றுகிறது. உதாரணமாக, "எய்த நாளில் இருந்து கண்டேனே," (திருமந். 186) என்று கூறும் திருமூலரின் வாக்கியத்தைக் காணுங்கள். இதையே "எய்த நாளிலிருந்து கண்டேனே," என்னும் தொடராக அமைக்க வாய்ப்பிருக்கிறது. 'இருந்து காண்' என்பதை நாம் மேலே விளக்கியபடி ஒரு தொடர்வினையாகக் கொள்ளலாம். இதுவே காலப்போக்கில் வேறாக அன்வயப்படுத்தப்பட்டு வேற்றுமை விகுதியாக வரக் காரணமாகியிருக்கும்! "மாமல்லபுரத்தில் இருந்து வாழும் உழக்குணி வணிகன்" (SII. 12.34) எனக் கல்வெட்டில் காண்கிறோம்! 'இருந்துகாண்', 'இருந்துவாழ்' போன்ற கூட்டுவினைச் சொற்றொடர்களைச் செம்மொழிக் காலத்தில் அதிகமாகப் பயன்படுத்தியிருக்கிறார்கள். 'இருந்து' என்னும் வினை இதற்கு முன்னிருக்கும் 'இல்' என்னும் விகுதியோடு இணைந்து 'இலிருந்து' என்னும் வேற்றுமை விகுதியாகப் பிற்காலத்தில் மாறக் காரணமாகியது. இவ்வாறே 'இடமிருந்து' என்னும் விகுதிக்கும் சில உதாரணங்கள் கொடுக்கலாம். "இராப்பகல் அற்ற இடத்தே இருந்து," (திருமந். 331) என ஒரு தொடர் திருமந்திரத்தில் உள்ளது. அத்தோடு 'மேல் இருந்து' 'உள் இருந்து' போன்ற அமைப்புகளையும் பார்க்க முடிகிறது. இச்சொல்லமைப்புகள் பிற்காலத்தில் அன்வயப்படுத்தல் வழி ஒன்றாக இணைந்து தனி விகுதியாக ஏற்பட்டிருக்கவேண்டும். இத்தகைய மாற்றங்கள் உரைநடையில் அதிகமாகப் புழக்கத்தில் வந்தபோது ஏற்பட்டிருக்கலாம். மேலும் கவிதை நடையிலிருந்து உரைநடைக்கு மாறியதற்கும் இது போன்ற உருபுகள் வழக்கத்துக்கு வருவதற்கும் தொடர்பு இருந்தது.

இலக்கியங்கள்வழி 'பற்றி' என்பது பற்றி

'பற்றி' என்னும் சொல் வேற்றுமை இலக்கணத்தின் ஓர் அங்கமாக விளங்குகிறது. இச்சொல் 'ஐ' விகுதிக்குப் பக்கத்திலும் பெயருக்குப் பக்கத்திலும் வரும். 'அவரைப் பற்றி'

என்றும் கூறலாம்; 'அவர் பற்றி' என்றும் கூறலாம். இந்தச் சொல்லை இடைக்காலத் தமிழில் நோக்கும்போது மொழியியல் உண்மை புலப்படுகிறது. எடுத்துக்காட்டாக, "நூலொன்று பற்றி நுனியேறமாட்டாதார்," (திருமந். 295), "பசுக்கள் தலைவனைப் பற்றிவிடாவே," (திருமந். 2279) என்று வரும் திருமந்திர வாக்கியத்தை நோக்குங்கள். 'பற்றி' என்பது இங்குத் தனிவினையாக வந்துள்ளது. நூலொன்று பற்றி நுனியேறமாட்டாதார் என்னும் தொடரில் 'பற்றி' என்னும் சொல் 'படித்து', 'அறிந்து' என்ற பொருளில் "நூல் எதையும் படித்துச்சிறக்கமாட்டாதவர்கள்," என்று வந்திருக்கிறது. அதேநேரத்தில் இவ்வாக்கியத்தை இக்கால வாக்கிய அமைப்போடு நோக்கிடும்போது இச்சொல் இங்கே வேற்றுமைப்பொருளில் வந்துள்ள நிலை தெரிகிறது. "ஒரு நூலைப் பற்றியும் அறிந்துணரமாட்டார்," என இவ்வாக்கியத்துக்குப் பொருள் கொடுக்கலாம். இவ்வகை மயக்க நிலையிலுள்ள சொற்றொடர்கள் இடைக்காலத்தில் அதிக அளவில் உள்ளன. இவ்வகைப் பொருள் மயக்கநிலைச் சூழல்களைக் கூடியவரையில் எந்த மொழியும் குறிப்பாகப் பேச்சுவழக்கில் எளிமை கருதியும் சிக்கலை நீக்கும் பொருட்டும் இயற்கையாக நீக்கிக்கொள்ளப் பார்க்கும். இந்த வகையில் 'பற்றி' என்னும் சொல் இன்று வேற்றுமைப்பொருளில் மருவியிருக்கிறது. அத்தோடு இவ்வகை மாற்றங்களினால் ஏதாவது ஒரு பயன்பாடு வழக்கிழக்கவும் வாய்ப்பிருக்கிறது. 'பற்றி' என்னும் சொல் இக்காலத்தில் 'பற்று' என்னும் தனி வினைக்கான பொருளில் வராமல் இருப்பது நோக்கத்தக்கது. அதாவது "நூலைப் பற்றிச் சொல்லுங்கள்," என்றால் "நூலைப் பிடித்துக்கொண்டு சொல்லுங்கள்," என்றோ "நூலைப் படித்துச் சொல்லுங்கள்," என்றோ யாரும் பொருள் மயக்கமாகப் புரிந்துகொள்ளப் போவதில்லை. இத்தகைய பொருள் இடைக்கால வழக்கில் இருந்ததே தவிர இன்று வழக்கிழந்துவிட்டது. எனவே 'பற்றி' என்னும் சொல் வேற்றுமைப் பொருளைப் பெறுவது இச்சொல்லின் 'பற்று' எனும் பொருள் வழக்கிழப்பதும் மொழியியல் மாற்றத்தில் தொடர்பு கொண்டுள்ளது. குறிப்பாக இம்மாற்றம் இலக்கியவழி நடந்துள்ளது என்பதை மனத்தில் கொள்ளவேண்டும்.

'என்' எனும் வினையும் தமிழில் ஏற்பட்ட அடிப்படை மாற்றங்களும்

'என்' எனும் வினை தனிவினையாகவே சங்ககாலத்தில் பயன்பாட்டில் இருந்துவந்தது. எனினும் இதன் ஒரு வினையமைப்பான 'என்று' என்னும் சொல் இலக்கண உருவாக்கம் எனும் மொழியியல் மாற்றத்தில் இலக்கணச் சொல்லாக

மாறியதிலிருந்து இச்சொல்லின் தொடர்பில் பல புதிய மாற்றங்கள் ஏற்பட்டுள்ளன. இடைக்காலத் தமிழ்வரை இவ்வினை மற்ற வினைகளைப் போலவே பல வினையமைப்புகளையும் பெற்றுப் பயன்பாட்டில் இருந்திருக்கிறது.

> அரும்படர் அவலநோய் ஆற்றுவளென்னாது (கலி. 28:10)
>
> அரிய ஆகும் என்னாமை (அகம். 191).
>
> நாடன் என்கோ ? ஊரன் என்கோ ? (புறம். 49)
>
> அறிவே அறிவை அறிகின்றது என்றிட்டு (திருமந். 2033)
>
> ஈவ பெரும்பிழை என்றுகொள்ளீரே (திருமந். 506)

இங்குக் குறிப்பிட்டுள்ள எந்த ஒரு வினையமைப்பும் இக்காலப் பேச்சுத் தமிழ் எழுத்துத் தமிழில் வழக்கில் இல்லாதது குறிப்பிடத்தக்கது. இம்மாற்றம் எப்படி நிகழ்ந்தது என்று நம்மால் சரியாகக் கூறமுடியவில்லை; என்றாலும் இது 'என்று' எனும் வினையமைப்பு இலக்கணச் சொல்லாக மாறிய பிறகே ஏற்பட்டிருக்கவேண்டும் என ஊகிக்க முடிகிறது. இருப்பினும் மேற்படி வினையமைப்புகளில் சில சரளமாகப் பயன்பாட்டில் இருப்பது குறிப்பிடத்தக்கது.

> வறேன்! போறேங்காதே! (வருகிறேன்! போகிறேன் என்காதே!)
> வறேண்ணுட்டேன் (வருகிறேன் என்றுவிட்டேன்)
> வறேண்ணுக்கிட்டிருக்கேன் (வருகிறேன் என்றுகொண்டிருக்கிறேன்)
> வறேண்ணுக்கோ! (வருகிறேன் என்றுகொள்)

பேச்சுத் தமிழுக்கும் எழுத்துத் தமிழுக்குமான இவ்வேறுபாடுகள் இலக்கியத்துக்கும் மொழி மாற்றத்துக்குமான நெருங்கிய தொடர்பை வெளிப்படுத்துகிறது. இலக்கியங்களை மொழிமாற்றத்தின் அடிப்படையில் திறனாய்வு செய்யவேண்டியதற்கான அவசியத்தையும் இவ்வழக்குகள் வெளிப்படுத்துகின்றன. இத்தகைய மாற்றங்களை முறையாக ஆய்ந்தறிய மின்வடிவில் கொடுக்கப்பட்டிருக்கும் இலக்கியத் தரவுகளின் முக்கியத்துவத்தைப் பற்றி அறிய காண்க: *Renganathan (2011:319–24)*. பண்டைத் தமிழ் இலக்கணங்களிலோ உரைகளிலோ துணைவினைகள் என ஒரு தனி வினையமைப்பு விளக்கப்படாத நிலையைச் சுட்டிக்காட்டி அவை சங்ககாலத்திலும் இடைக்காலத்திலும் பயன்படுத்தப்பட்டு வந்துள்ளதை வேறு சில எடுத்துக்காட்டுகள் மூலமாகவும் அண்ணாமலை விளக்குகிறார் (*Annamalai 2008 p. 324*). குறிப்பாக மேற்கொடுக்கப்பட்டுள்ள எடுத்துக்காட்டுகளில் 'இடு', 'கொள்' ஆகியன தனிவினைகளாகத்தான் பயன்படுத்தப்பட்டுள்ளன. இருப்பினும் இவ்வினைகள் எப்படித் துணைவினைகளாக மாறின என்பதை இவ்வினைகள் பயன்படுத்தப்பட்ட பல எடுத்துக்காட்டுகளைக் காட்ட வேண்டும். இவற்றின் குறிப்பிட்ட

பயன்பாடு அவை துணைவினையாக மாறக் காரணமாக இருந்தன என்று விளக்கவேண்டிய அவசியம் ஏற்படுகிறது. (காண்க: Renganathan 2010 pp. 157–62).

இலக்கியங்கள்வழித் துணைவினைகளில் ஏற்பட்ட மொழிமாற்றங்கள்

பொதுவாக மொழி ஏன் மாறுகிறது என்னும் வினாவுக்கு விடையளிக்க முற்படும்போது சில மொழியியல் தன்மைகளை நோக்கவேண்டியிருக்கிறது. மொழிமாற்றம் என்பது ஒரு குறிப்பிட்ட விதிமுறைக்கு உட்பட்டுத்தான் ஏற்படுகிறதே தவிர அவை எந்தவித வரம்பும் இன்றித் தான்தோன்றித்தனமாக ஏற்படுகின்றன எனக் கூறலாகாது. இந்த எடுத்துக்காட்டுகள் இவ்வரம்பு முறைகளை எப்படிப் பின்பற்றியுள்ளன என்பதை எடுத்தியம்புகிறது. சொற்களில் அன்வயப்படுத்தல், ஒலியன் குறைப்பு, பொருள் மயக்கத்தைத் தவிர்த்தல், ஒரு பொருளுக்குப் பல தொடர்கள் எனும் நிலை ஏற்படுதல் போன்றவை மொழி மாற்றம் ஏற்படக் காரணங்களாக உள்ளன. மேலும், மேலே கூறியபடி மொழியில் மயக்க நிலையில் ஒரு சொல்லோ சொற்றொடரோ இருக்க வாய்ப்பிருப்பின், அம்மயக்கம் நீங்க ஒரு சொல்லோ, சொற்றொடர் அமைப்போ வழக்கிழக்க வாய்ப்பிருக்கிறது. சில நேரங்களில் மொழியில் புதுப்புதுப்பொருள்கள் வருவதுண்டு. இங்ஙனமே 'கொள்', 'கொண்டிரு' போன்ற துணைவினைகள் வந்துள்ளன.

கொள் எனும் வினை கொண்டிரு, கொள் எனும் துணைவினைகள்

'கொள்' என்னும் வினையின் பயன்பாட்டை இடைக்காலத் தமிழில் ஆராய்ந்தால் அது 'ஒருவரின் பயன்' என்றும் 'கொள்வது' என்றும் ஒரே பொருளில்தான் பயன்படுத்தப்பட்டிருப்பது தெரியும். சமய நூல்களைப் பார்க்கும்போது பெரும்பாலான இடங்களில், 'கொள்' எனும் வினை 'ஆண்டுகொள்' 'புரிந்துகொள்' என்று வேண்டிய இடங்களில், முறையே 'ஆண்டு வர என்னைக் கொள்வாயாக,' 'புரிந்து என்னைக் கொள்வாயாக' என்பன போன்ற நேரடிப் பொருளிலேயே வந்துள்ளன.

தேடிக் கண்டு கொண்டேன் (தேவாரம் 4.9.12)

நாட எழுந்திட்டு நாடிக்கொள்ளீரே (திருமந். 963:4)

அன்னல் இருப்பிடம் ஆய்ந்துகொள்வார்களுக்கு (திருமந். 2660:2)

இது மாதிரியான வினையெச்சத்தோடு 'கொள்' வரும் பயன்பாடுகள் இடைக்கால இலக்கியத்தில் மிகவும் குறைவாகவே

காணப்பட்டாலும் அவை பெயரோடு வரும் வழக்கின் பொருளையே கொண்டுள்ளன. இவ்வெடுத்துக்காட்டுகளை 'உன்னைத் தேடி உன்னைக் கண்டு நான் கொண்டேன்,' எனவும், 'நாடுவதற்கென எழுந்து அவனை நாடி அவனைக் கொள்வீரே,' எனவும், 'அன்னல் இருப்பிடத்தை ஆய்ந்து அன்னலைக் கொள்வார்களுக்கு' எனவும் பொருள்கொள்ள வேண்டும். அதாவது இந்த எடுத்துக்காட்டுகளில் 'கொள்' எனும் சொல் முதல் வினையாகவே 'கொள்ளுங்கள்' எனும் பொருளில் வந்திருக்கிறது. இப்பயன்பாட்டுக்கும் பெயரோடு வரும் கீழ்க்காணும் பயன்பாட்டுக்கும் எவ்வித வேறுபாடும் இருப்பதாகத் தெரியவில்லை.

நக்கரை வாழ்த்தி நடுவே பயன்கொள்வார் (திருமந். 2899:2)

வண்டாய்க் கிடந்து மனங்கொள்வான் ஈசனே (திருமந். 63:4)

இடைக்காலத் தமிழில் இங்ஙனம் வினையெச்சத்தோடும் பெயரோடும் பயன்படுத்தப்பட்ட நிலையில் பொருள் மயக்கம் ஏற்பட வாய்ப்பேற்பட்டிருக்கிறது. இப்பொருள்மயக்கத்தைத் தீர்க்கும் பொருட்டும் மொழியை எளிமைப்படுத்தும் பொருட்டும் பெயரோடு 'கொள்' எனும் வினை பயன்படுத்தப்பட்டு வந்த வழக்கு இன்று வழக்கிழந்துவிட்டது. ஆனால் இக்காலத்தில் 'கொள்' எனும் துணைவினையைப் பல்வேறு புதிய பொருள்களில் கையாண்டு வருவது நாம் அறிந்ததே! இம்மாற்றம் மொழியைச் செழுமைப்படுத்தும் வகையில் ஏற்பட்டது. அதேநேரத்தில் ஒரு பொருளைக் குறிப்பிடப் பல சொற்கள் இருந்தால் அவற்றில் ஓரிரு சொற்கள் வழக்கில் நிலைத்து ஏனைய சொற்கள் வழக்கிழந்துபோகவும் வாய்ப்புள்ளது. இதை 'எளிமையாக்க முறை' எனலாம். இடைக்காலத்தில் ஏற்பட்ட வினையெச்சத்தோடு வரும் 'கொள்' எனும் அமைப்பு வழக்குக்கு வந்தவுடன் பெயரோடு பொருள் மயக்கச்சூழல் ஏற்பட்டு மொழியை எளிமைப்படுத்தும் வகையில் வழக்கிழந்துள்ளது.

இவ்வாறே 'இரு' எனும் வினை வினையெச்சத்தோடு வரும் இடங்களில் 'இருப்பது' என்ற பொருளிலேயே வந்திருக்கின்றது.

பேசி இருந்து மகிழ்வெய்தி (திருமந். 304:2).

அண்டத்தில் ஊறியிருந்தேன் திசையாதி (திருமந். 424:2).

தேறியிருந்த வழி அறிவாரில்லை (திருமந். 1139:2).

இப்பயன்பாடுகளில் வரும் 'இரு' எனும் வினை துணைவினையாக வந்திருக்கின்றது எனக் கொள்ள இயலாது. ஏனெனில் இது 'தொடர்ந்து இருத்தல்' எனும் பொருளில் வருகின்றது. இந்த வழக்கே பின்னர் 'கொண்டிரு' என வரக் காரணமாக இருந்திருக்கும். சங்க,

இடைக்கால இலக்கியங்களில் 'கொண்டிரு' எனும் வழக்கு இல்லாத தருணத்தில் அது வழக்குக்கு வந்தவுடன் 'இரு' எனும் வினை வழி வழங்கியிருக்கிறது. இத்தகைய வளர்ச்சியைத் 'தொடர்மாற்றம்' எனும் மொழியியல் கோட்பாட்டின் அடிப்படையில் விளக்கலாம். ஹாப்பர், ட்ரௌகாட் எனும் மொழியியலாளர்கள் கிரியோல் மொழியின் மாற்றத்தை விளக்கும்போது ஒரு மாற்றத்தை தொடர்ந்து புதுப்புதுப் பயன்பாடுகள் ஒன்றன்மேல் ஒன்றாக வர வாய்ப்புள்ளது என்கின்றனர்.[1] இவ்வண்ணமே 'கொள்' எனும் துணைவினையில் பல்வேறு பொருள்கள் பின்னர் இணைக்கப்பட்டிருக்கவேண்டும்.

ஒத்திரு, போலிரு எனும் வினையினின்று வந்த 'ஒத்து' 'போல்' எனும் உவமை உருபுகள்

இடைக்காலத்தமிழில் ஒப்பீட்டுச் சொல்லாகப் பல சொற்கள் பயன்பட்டுவந்துள்ளன. 'அன்ன', 'அற்று', 'ஒத்து', 'ஒக்கும்', 'போல்', 'போன்று', 'போல' எனப் பல்வேறு சொற்கள் பயன்படுத்தப்பட்டுள்ளன. இவற்றில் 'போல', 'மாதிரி' என்னும் இரு சொற்களே இன்று பேச்சு வழக்கில் உள்ளன! மற்றவை வழக்கிழந்துவிட்டன. இவ்வகை மாற்றங்கள் மொழியை எளிமைப்படுத்துவன. எழுத்துத் தமிழில் 'அன்ன', 'ஒக்கும்' போன்ற விகுதிகள் மறைந்தாலும் 'போன்று', 'போல்' போன்ற விகுதிகள் 'போல', 'மாதிரி' ஆகிய விகுதிகளோடு வழக்கில் இருப்பதால் பேச்சுத் தமிழுக்கும் எழுத்துத்தமிழுக்கும் இடையே உள்ள வேறுபாட்டை அறிய முடிகிறது.

சங்ககாலத்தினின்று இக்காலம்வரை உள்ள அனைத்து இலக்கியங்களையும் அவற்றில் எவ்வாறெல்லாம் விகுதிகளும் வினைகளும் பயன்படுத்தப்பட்டுள்ளன என்னும் செய்தியின் அடிப்படையில் வரிசைப்படுத்துவது அவசியம். எடுத்துக் காட்டாக, ஒரு சில உருபுகளின் மாற்றங்களை இங்குக் கோடிட்டுக்காட்டியிருக்கிறோம். நாம் இதுவரை 'சங்ககாலம்', 'இடைக்காலம்', 'இக்காலம்' என்னும் மூன்று வகையில்தான் மொழியைப் பிரிக்கிறோமே தவிர இக்கால இலக்கியங்களை அவற்றில் பயன்படுத்தப்பட்ட மொழியின் அடிப்படையிலோ உத்திகளின் அடிப்படையிலோ பிரிக்க முனையவில்லை. அப்படி வரிசைப்படுத்த முனைந்தால் தமிழ் மொழியில் ஏற்பட்ட ஒவ்வொரு மாற்றத்தையும் அவை எப்பொழுது ஏற்பட்டன, எங்ஙனம் ஏற்பட்டன என்னும் வகையில் உறுதியாக விளக்க

---

1. "There is a strong evidence for the non-discreteness of categories. This means that there has always been an elaboration of categories, and they never stop adding more features into the already developed forms." (Hopper and Traugott 1993:216).

வாய்ப்பிருக்கும். மேலும் எந்த இலக்கியத்தில் எந்த மாற்றம் ஏற்பட்டது, எந்த இலக்கிய ஆசிரியர் அந்த மாற்றம் ஏற்பட வழிவகுத்தார் எனவும் விளக்க முற்படும்போது அவ்விலக்கிய ஆசிரியர்களின் காலத்தை உறுதிப்படுத்தவும் இயலும். இவ்வகையில் வரலாற்று இலக்கணத்தை மொழி மாற்றங்கள் அடிப்படையில் எப்படி விளக்கமாக எழுதவேண்டும் என்பதன் அவசியம் புலப்படும்.

வடமொழியோடு இணைந்த தமிழ் மொழி

சங்ககாலத்திலேயே வடமொழி தமிழில் கலக்கத் தொடங்கி விட்டது என்றாலும் இடைக்காலந்தொட்டு அதிக அளவில் கலந்திருப்பதை அறிய முடிகிறது.[2] அந்தணர்கள் கொண்டு யூபம் வைத்து வேள்வி செய்திருக்கின்றனர் எனவும் நான்கு வேதங்களை ‘அற நெறி’ என அறிந்துள்ளனர் எனவும் சங்ககாலப் பாடல்களினின்று காண்கிறோம் (காண்க: ஆசாரக்கோவை 92, கலி. 99:2, கலி 119:12, பதி. 361, புறம். 122, புறம். 397).

பின்வரும் புறநானூற்றுப் பாடல்களில் கருங்குழல் ஆதனார், முரஞ்சியூர் முடிநாகராயர், கபிலர் ஆகியோரின் வேத வேள்வி பற்றியும் அரசர்களின் போர்வாழ்க்கையோடு இவ்வேள்வி முறைகள் எங்ஙனம் இணைந்துள்ளன என்பதையும் அறிகிறோம்.

> ...யூப நெடுந்தூண்
> வேத வேள்வித் தொழில் முடித்த தூஉம்;
> அறிந்தோன் மன்ற அறிவுடையாளன்;
> இறந்தோன் தானே;
>
> (புறம். 224)

> ...
> நாஅல் வேத நெறி திரியினும்
> திரியாச் சுற்றமொடு முழுதுசேண் விளங்கி
>
> (புறம். 224)

> நற்பனுவல் நால்வேதத்து
> அருஞ்சீர்த்திப் பெருங்கண்ணுறை
> நெய்ம்மலி ஆவுதி பொங்கப, பன்மாண்
> வீயாச் சிறப்பின் வேள்வி முற்றி,
> யூபம் நட்ட வியன்களம் பலகொல்? (புறம். 15)

> போகமும் முத்தியும் புத்தியும் சித்தியும்
> ஆகமும் ஆறாறு தத்துவத்து அப்பாலாம்

2. Vaidyanathan (1967) சங்கத்தமிழில் கிட்டத்தட்ட இரண்டு சதவிகிதத்துக்கு இந்தோ–ஆரியன் சொற்கள் கலந்திருக்கின்றன எனவும், இந்த அளவு பக்திக்காலத்தில் பெருகியுள்ளது எனவும் எடுத்துக்காட்டுகளுடன் கருத்து தெரிவிக்கிறார்.

ஏகமும் நல்கி இருக்கும் சதாசிவம்
ஆகம அத்துவா ஆறும் சிவமே. (திருமந். 1714)

இங்குத் திருமூலர் 'போகம்', 'முத்தி', 'புத்தி', 'சித்தி' போன்ற தமிழ், சமஸ்கிருதச் சொற்களை விரவியிருப்பதன் மூலம் இடைக்காலத்தில் அவை ஒன்றோடொன்று மாறிமாறிப் பயன்படுத்தப்பட்டிருக்கின்றன என அறியலாம். இம் மனப்பான்மையே பிற்காலத்தில் மணிப்பிரவாள நடை ஏற்படக் காரணமாக இருந்திருக்கலாம் என்று ஊகிக்கமுடிகிறது.

சங்ககாலத்தில் வடமொழிச் சடங்குகளைக் கைப்பற்றினர்; ஆனால் அம்மொழிச் சொற்களைத் தமிழ் இலக்கியங்களில் அவ்வளவாகப் பயன்படுத்தவில்லை என்பது தெள்ளத்தெளிந்த ஒன்றே. அதே சமயம் வடமொழியினின்று வேதத்தின் கோட்பாடுகள் 'அற நெறி', 'வேத நெறி' எனும் புதுக்கண்ணோட்டங் களோடு பக்தி இலக்கியங்கள் இறைவழியை இடைக்காலத்தில் காண வித்திட்டிருக்கின்றன. சமயக்குருக்களும் தங்களின் பாடல்களில் சமஸ்கிருத, தமிழ்ச்சொற்களை விரவிப் பயன்படுத்தியிருக்கின்றனர். அவற்றில் வடமொழிச் சொற்கள் இறைவழிக்கு வித்திட்டதால் அவையே சிறப்பான சொற்களாகக் கருதப்பட்டுத் தமிழ்ச்சொற்களைக் காட்டிலும் அதிகமாகப் பயன்படுத்தப்பட்டன. இதுவே இன்று அதிக வடமொழிச் சொற்கள் விரவியிருப்பதற்கான காரணம்.

'வேள்வி' என்னும் தமிழ்ச் சொல் 'யாகம்' என்னும் வடமொழிச் சொல்லுக்கு இணையாகச் சங்ககாலத்தில் பயன்படுத்தப்பட்டுள்ளதைக் கூர்ந்துநோக்கவேண்டி யுள்ளது. 'வேள்' என்னும் தமிழ்ச் சொல் 'நெருப்பு' என்னும் பொருளில் வந்துள்ளது. 'வேட்டுவர்' என்போர் 'தீ' மூட்டுபவர்கள் என்னும் பொருளில் வந்துள்ளது. வடமொழியும் தமிழ்மொழியும் இணையும்போது 'யாகம்' என்னும் வடசொல்லைத் 'தீயில்' இறைவனுக்கு வழங்கும் முறையின் அடிப்படையில் 'வேள்வி' என்னும் தமிழ்ச்சொல் உருவாகியுள்ளது. இவ்வாறு வடமொழிப் பண்பாட்டுக்கு உட்பட்ட சொற்களைத் தமிழ்ச்சொற்களோடு இணைப்பது ஓர் உத்தி.

'கேள்' என்னும் வினையான 'கேள்வி'யுடன் இறந்தகால விகுதி 'த்', 'க்', 'ப்' போன்ற வெடிப்பொலிகள் இணையும்போது 'ள்' 'ட்' என மாறுவது பொதுவாக அறியப்படும் ஒலி மாற்றம். இவ்வண்ணமே 'கேட்டான்', 'கேட்பான்', 'கேட்கிறான்' என்னும் வினையமைப்புகளைக் காணவேண்டும். இந்த ஒலிமாற்றத்தின் அடிப்படையிலேயே 'வேள்' என்னும் தமிழ்ச்சொல் 'வேட்டுவன்' (வேள் + த்த் > வேட்ட்–) என்னும் சொல்லோடு

தொடர்புடையதாகக் கருதவேண்டியிருக்கிறது. அப்படியெனில் 'வேள்' என்னும் வினையை நெருப்பினில் மிருகங்களை இட்டுக் கொன்றுவந்த பழக்கத்துக்கும் 'வேள்வி' என்னும் நெருப்பில் தியாகம் செய்யும் பழக்கத்திற்கும் ஒப்பிட்டு நோக்கவேண்டுமா என்னும் கேள்வி எழுகிறது. இச்சூழலில், 'அகப்பா வெறிந்து பகற்றீ வேட்டு' (நற். 9:3) – பகல் தீ வேட்டு;

> . . .
> கான யானை தந்த விறகின்
> கடுந்தெறல் செந்தீ வேட்டுப்
> புறம்தாழ் புரிசடை புலர்த்து வோனே! (புறம். 251)

என்னும் அடிகளை உற்றுநோக்கவேண்டியுள்ளது. 'காட்டு யானைகள் கொண்டுவந்த விறகைக் கொண்டு கொடுமையான வெப்பக்கனலின் செந்தீயை மூட்டித் தரைவரை தாழ்ந்து விழுந்துள்ள தனது சடைமுடியைக் காயவைப்பவனே . . .' என்பது இப்பாடலின் கருத்து. 'தீயை மூட்டுதல்' என்னும் வினைப்பொருளில் 'வேள்' எனவும் சொல்லும், 'தீ மூட்டும்' தொழிலைக் கொண்டோரை 'வேட்டுவர்' எனவும் சங்ககாலத்தில் வழங்கிவந்துள்ளன.[3] பின்னர் 'வேள்வி' என்னும் சொல் 'யாகம்' என்னும் வடச்சொல்லுக்கு இணையாகப் பயன்படுத்தப்பட்டு இதன் பொது வழக்கு மறைந்துள்ளமையை மேற்படி எடுத்துக்காட்டுகளில் அறியலாம். இதே சூழலில்தான் 'அந்தணர்' என்னும் சொல்லையும் நோக்கலாம். 'தீ' வளர்ப்போரையே 'அம் தணர்' என்னும் அடிச்சொல் வழி அறிகிறோம். 'வேளிர்', 'வேட்டுவர்', 'அந்தணர்' என்னும் சொற்கள் ஒரே பொருளைக் கொடுப்பன. 'வேள்', 'தணல்', 'தீ' என்னும் சொற்கள் நெருப்பைக் குறிக்க, 'வேட்டு' என்னும் சொல் 'தீ மூட்டு' என்னும் வினைப்பொருளிலும் பயன்படுத்தப்பட்டுள்ளது. 'தீ மூட்டும்' வேட்டுவத் தொழில் தமிழ்சொல்லான 'வேள்' என்னும் சொல்லின் அடிப்படையில் அறியப்பட்டது. இவ்வழியில் 'யாகம்' என்னும் வடச்சொல், 'ஓமத் தீயை மூட்டி' எனும் பொருளில்

---

3. 'வேளிர்' என்னும் சொல் குறுநில மன்னர்களையும் குறிப்பதாகச் சங்கத் தமிழில் காண்கிறோம். காண்க: 'பொன்னணி யானைத் தொன்முதிர் வேளிர்' (புறம். 24). இக்குலத்தவரை 'அக்னியில்' உதித்தவர்கள் என்றும் கருதுவோர் உள்ளனா. 'திருவண்ணாமலை அருகிலுள்ள வேட்டவலம் அரசர்கள் 'நத்தமான் உடையார்' சமூகத்தவர்கள் ஆவார்கள். நத்தமான் உடையார் சமூகத்தவர்கள் 'க்ஷத்ரியர்கள்' ஆவார்கள். நத்தமான் உடையார்கள் 'வேளிர் மரபினர்கள்', அதாவது 'அக்னியில் உதித்த க்ஷத்ரியர்கள்' ஆவார்கள். இவர்களைப் போலவே 'சுருதிமான் மூப்பனார்களும்' அக்னியில் உதித்த க்ஷத்ரியர்கள் ஆவார்கள். இவர்கள் 'பார்கவ கோத்திரத்தினர்கள்' ஆவார்கள். 'வேட்டவலம் ஜமீன் பரம்பரையினர் பார்க்கவ குல நத்தமன் இனத்தைச் சேர்ந்தவர்கள் ஆவர்.' (இல. தியாகராஜன், 2014). குறிப்பாக 'வேட்டவலம்' என்னும் சொல் 'வேள்' என்னும் அடியிலிருந்து வந்திருக்கவேண்டும் என்பது நோக்கத்தக்கது.

'வேள்வி' என்னும் தமிழ்ச் சொல்லையும் எடுத்தாளும் முறைமை அறியப்படுகிறது.

உரிச்சொற்களும் பெயரெச்சமும்

சங்கத் தமிழ்ப் பாடல்களில் நல்எழில், இன்குரல், நெடுஞ் சுழி, தொன்முதிர், துன்னலம், தீம்சுவை, மல்லடு போன்ற கூட்டுச்சொற்கள் பரவலாகப் பயன்படுத்தப்பட்டுள்ளன. இச்சொற்களில் பயன்படுத்தப்படும் நல், இன், நெடு, தொன், துன், தீம், மல் போன்ற சொற்களை உரிச்சொற்கள் எனத் தமிழ் இலக்கணங்கள் கூறும். இவை இக்காலத் தமிழில் நல்ல, இனிய, நெடும் போன்ற சில மாறுதல்களுக்குப் பிறகு பெயரடைகளாகப் பயன்படுத்தப்பட்டு வருகின்றன. இவற்றில் சில முறையே 'நல்ல எழில்', 'இனிமையான குரல்', 'நெடிய சுழி' என வழங்கி வருகின்றன. ஆனால் தொன், துன், தீம், மல், சுடு போன்றவை வழக்கிழந்துவிட்டன அல்லது தொன்மையான, தீங்கனி, தீம்பால், மற்போர், மல்யுத்தம் சுடுசோறு என அவை வெவ்வேறு வடிவங்களில் பயன்படுகின்றன. மேலும் இங்குக் கொடுக்கப்பட்டுள்ள இந்த எடுத்துக்காட்டுகள் அனைத்தும் பெயராக வந்திருப்பதைக் காணலாம். 'ஆடு அரங்கு', 'சுடுசோறு' போன்ற சொற்களை வினைத்தொகைகளாகக் கொள்ளவேண்டும் எனக் கூறும் இலக்குவனார், இவை சங்ககால அளவிற்கு இக்காலப் பயன்பாட்டில் இல்லாததற்குக் காரணம் 'சங்கப் பாடல்களில் சுருங்கச் சொல்லும் முறைமையே' என்கிறார் அவர். அத்தகைய போக்கு இன்று இல்லை எனவும் இத்தகைய சொற்களை இன்று கூறுவோரும் கேட்போரும் புலமைமிக்கோராய் இருத்தல் வேண்டும் எனவும் கூறுகிறார். (இலக்குவனார் 2009, பக். 166). 'சுருங்கச் சொல்லும்' கவிதைப் பண்பிலிருந்து 'விரிவுபடுத்தும்' பண்பு கொண்ட இக்கால உரைநடை, பேச்சுத் தமிழே இத்தகைய மொழி மாற்றங்களுக்குக் காரணமாகும்.

பெயரெச்சம்

உரிச்சொற்கள் பெயரடைகளாகப் பயன்படுத்தப் படுவதோடன்றி கெழு, உறு, படு போன்ற வினைகளோடு வரும்போது அவை பெயரெச்சத் தொடராகவே வருகின்றன. எடுத்துக்காட்டாக 'சீர்கெழு மன்னர்', 'அன்பு உறு காதலர்', 'மன்றுபடு பரிசிலர்' போன்ற சொற்றொடர்களில் கெழு, உறு, படு போன்ற வினைகள் பெயரெச்சத் தொகைப் பண்பில் வருகின்றன. இத்தகையச் சொற்களும் இவ்வகைத் தொடர்களும் இக்காலத் தமிழில் ஏன் வழக்கிழந்தன என அறிய இது

போன்ற வேறு சில வடிவங்களை ஒப்பிட்டுப்பார்க்கலாம். எடுத்துக்காட்டாக, 'வேந்துடை அவையத்து ஓங்குபுகழ் தோற்றினன்' (புறம். 23) எனும் தொடரைக் காணுங்கள். இங்கு 'உடை' எனும் சொல்லும் மேற்கூறிய சொற்களைப் போலவே பெயரெச்சமாக வந்துள்ளது. ஆனால் உடை எனும் சொல் உடைய என இன்று இலக்கணவிகுதியாக மாறியிருக்கிறது. இங்ஙனமே 'கெழு' 'கெழுமிய' எனவும், 'படு' என்பது 'பட்ட/படுகிற/படும்' எனவும், 'உறு' என்பது 'உற்ற' எனவும் மாற்றம் கொண்டுள்ளன. இங்ஙனமே 'நல்', 'இன்' போன்ற சொற்கள் முறையே 'நல்ல', 'இனிய' எனப் பெயரடைப் பொருளில் மாற்றம் அடைந்துள்ளன. முந்தைய மாற்றத்தை இலக்கண உருவாக்கம் *(grammaticalization)* எனவும், பிந்தைய மாற்றத்தைச் சொல்லாக்கம் *(lexicalization)* எனவும் கூறலாம். அதாவது சங்கத்தமிழ்ச் சொற்கள் இலக்கண உருவாக்கம், சொல்லாக்கம் போன்ற மொழிவழி மாற்றங்களுக்கு உட்படும்போது குறிப்பிடும்படியான சொற்றொடர்கள் வழக்கிழக்கின்றன. மின்விளக்கு, மின்தடை, மின்கலம் போன்ற எடுத்துக்காட்டுகள் வந்திருப்பதைச் சுட்டிக்காட்டி இவை வரையறைக்குட்பட்ட பெயரடைகள் *(bound adjectives)* எனும் புதிய வகையை உருவாக்கியிருக்கின்றன என்கிறார் அண்ணாமலை *(Annamalai 2008:333)*.

'லாம்' எனும் விகுதி வழக்கிற்கு வந்தவுடன் 'செயல் ஆகும்' என்ற 'அல்' விகுதியைப் பயன்படுத்திய பெயர்த்தொடர் வழக்கிழந்ததையும் 'உள்நோக்கு', 'வெளியேறு' போன்ற சொல்லாக்கம் நிகழ்ந்தபோது கூட்டுவினை அமைப்புகள் வழக்கிழந்ததையும் முன்னர்க் கண்டோம். இவ்வாறே இங்கும் 'நல்', 'இன்' போன்ற உரிச்சொற்கள் முறையே 'நல்ல', 'இனிய' என்று மாற்றத்தைக் கொண்டபோது 'நல்எழில்', 'இன்குரல்' போன்ற அமைப்புகள் வழக்கிழந்தன அல்லது ஒரு குறிப்பிட்ட இலக்கியநடை, கவிதை போன்ற மொழிச்சூழலில் மட்டும் பயன்படுகின்றன. மேலும் இக்காலத் தமிழில் பயன்படுத்தப்படும் நல்வாழ்த்துகள், நற்பணிமன்றம், குறுநாவல், பல்பொருள் அங்காடி, மின்சாரம், மின்விளக்கு, மின்தடை போன்றவை சொல்லாக்க முயற்சியில் முனைந்து உருவாக்கப்பட்டனவேயன்றி அவை இயற்கையாக உருவானவை என்று கொள்ள இயலாது. இச்சொற்களை உருவாக்கியோர் வழக்கிழந்த சொற்களுக்குப் புத்துயிர்கொடுக்கும் பொருட்டு நல், பல், குறு, மின் போன்ற உரிச்சொற்களை உருவாக்கியிருக்கிறார்கள். இச்சொற்கள் இயற்கையாக ஏற்பட்டவை என்று கூற இயலாததாலேயே வழக்கிழந்தன என்று கூற முடியாது. உடை > உடைய; நல் > நல்ல, பல் > பல, குறு > குறுகிய போன்ற மாற்றங்களே உடை, நல்,

பல், குறு போன்ற சொற்கள் வழக்கிழக்கக் காரணமாயின எனக் கொள்ளவேண்டும். இம்மாற்றங்கள் தமிழ் மொழி வரலாற்றில் இலக்கிய வழக்கிற்கும் பேச்சு வழக்கிற்கும் இடையே உள்ள சிக்கல், எளிமை எனும் கருத்தின் அடிப்படையில் ஏற்பட்டன.

மேலும் மற்ற உரிச்சொற்கள் போலவே நல் எனும் சொல் சங்ககாலத்திலிருந்தே நல், நல்ல, நல்லது, நல்லன், நல்லார் போன்ற பல்வேறு வடிவில் பொருள் வேறுபாடின்றிப் பயன்படுத்தப்பட்டு வந்துள்ளன.

மெல்ல வந்து நல்ல கூறி
மைஈர் ஓதி மடவோய்! யானும்நின்
சேரி யேனே அயலி லாட்டியேன் (அகம். 125)

ஊரல் அவ்வாய் உருத்த தித்திப்
பேரமர் மழைக்கண் பெருந்தோட் சிறுநுதல்
நல்லள் அம்ம குறுமகள்– செல்வர் (அகம். 293)

...நல்லாரைக் காணின், விலக்கிநயந்தவர்
பல்லித ழுண்கண்ணுந் தோளும் புகழ்பாட
நல்லது கற்பித்தார் மன்ற நுமர்பெரிதும்
வல்ல ரெமர்கட் செயல்; (கலி. 112:8–11)

ஆனால் இக்காலத் தமிழில் ‘நல்ல’, ‘நல்லது’ தவிர மற்ற எந்த வடிவமும் வழக்கத்தில் இல்லாதது குறிப்பிடத்தக்கது. இதற்குக் காரணம் மொழியின் எளிமைப்படுத்தும் நோக்கமே. பேச்சு வழக்கில் எளிமை கருதி ‘நல்ல’, ‘நல்லது’ எனும் வடிவங்கள் பயன்படுகின்றன. மற்ற வடிவங்கள் எழுதுவோரின் திறமையை வெளிப்படுத்தும் நோக்கில் அமைகின்றன.

அருகிவரும் பழந்தமிழ்ச் சொற்களும் வரலாற்று மாற்றங்களும்

பண்டைத் தமிழின் பல சொற்கள் இன்று வழக்கில் இல்லை; பல அருகிவருகின்றன; பல மாற்றுருவம் கொண்டுள்ளன; பல சொற்கள் வேறு பொருளைப் பெறுகின்றன. பல பொருள் கொண்ட சில பொருட்களின் ஒரு பொருள் மட்டும் இக்காலத்தில் வழங்கி வருகின்றன. ‘கங்குல்’ என்னும் சொல்லை இரவுக்கும், ‘பணை’ என்னும் சொல்லை மூங்கிலுக்கும், ‘முந்நீர்’ எனும் சொல்லைக் கடலுக்கும், ‘விசும்பு’ என்னும் சொல்லை வானத்துக்கும், ‘பெயல்’ என்பதை மழைக்கும் என சங்ககால, இடைக்கால இலக்கியங்களில் சரளமாகப் பயன்பட்டுள்ளன. இவை இக்காலத்தில் ஏன் அருகிவிட்டன என்பது கேள்விக்குறியே! சில சொற்களில் ஏற்பட்ட மாற்றங்களை மொழியியல், இலக்கியங்கள்வழி விளக்க முடிகிறது. பல மாற்றங்களை அங்ஙனம் அறிய முடிவதில்லை. மாற்றங்களை அவற்றுக்கான காரணங்கள் கொண்டு அறியும்போது

பண்டை இலக்கியங்களைப் புரிந்துகொள்ளும் திறன் அதிகரிக்க வாய்ப்பிருக்கிறது.

எடுத்துக்காட்டாக ‘ஆர்’ எனும் சொல் பல பொருள்களில் பயன்படுத்தப்பட்டு வந்துள்ளன. இச்சொல்லுக்குச் சென்னைப் பேரகராதி பல பொருட்களைக் கொடுத்திருக்கிறது. இக்காலத் தமிழோடு இச்சொல்லை ஒப்பிட்டுநோக்கும்போது வரலாற்று நோக்கில் பல மாற்றங்கள் ஏற்பட்டுள்ளன. ‘ஆரவாரம்’, ‘ஆர்ப்பரி’ போன்ற சொற்கள் இன்று வழங்கப்படும் அதே பொருளில் வழங்கி வந்துள்ளமையைக் காணலாம்.

ஆர் [ār] part ār . 1. Term. of the 3rd pers. pl. of the rational class, as in வந்தார்; பலர்பாற்படர்க்கை விகுதி. 2. The 3rd pers. honorific pl. suff., as in தகப்பனார்; மரியாதைப் பன்மைவிகுதி. 3. An expletive; ஓர் அசை.

இந்தப் பயன்பாடுகளைப் பொருத்தவரையில் ‘தகப்பனார் வந்தார்’, ‘தாயார் வந்தார்’ போன்ற தொடர்களில் பயன்படும் ‘ஆர்’ எனும் விகுதி மரியாதை விகுதியாகும். ஆனால் பலர்பாற்படர்க்கை விகுதியாகப் பயன்பாட்டில் இல்லை. சங்ககால, இடைக்காலத் தமிழைப் பொருத்தவரையில் இவ்விகுதி பெரும்பாலும் பலர்பாற்படர்க்கை விகுதியாகவே வந்திருக்கிறது.

அறனறிந்தார் இவ்வைந்து நோக்கார்(ஆசாரக்கோவை),

தன்துணை உடனே வானில் தலைவனை விடை மேல் கண்டார்
நின்றிலர் தொழுது வீழ்ந்தார் நிலத்தினின்று எழுந்தார் நேர்ந்தார்

(பெரியபுராணம் 105).

உள்ளம் பெருங்கோயில் ஊனுடம்பு ஆலயம்
வள்ளற் பிரானார்க்கு வாய்கோ புரவாசல்
தெள்ளத் தெளிந்தார்க்குச் சீவன் சிவலிங்கம்
கள்ளப் புலன்ஐந்தும் காளா மணிவிளக்கே. (திருமந். 1823).

இப்பாடல்களில் ‘அறனறிந்தார்’, ‘கண்டார்’, ‘வீழ்ந்தார்’, ‘வள்ளற் பிரானார்’, ‘தெளிந்தார்’ போன்ற சொற்களின் ‘ஆர்’ விகுதி பலர்பாற்படர்க்கை விகுதியாகவே பொருள்பட்டு வந்திருக்கிறது. இவற்றில் மரியாதைப் பொருள் இருக்கும் என எண்ணவியலாது. ‘ஆர்’ எனும் பலர்பாற்படர்க்கை விகுதியினின்று மரியாதைப் பன்மை விகுதியாக இருவேறு பொருளின் மயக்கத்தை நீக்கும் பொருட்டும் எளிமை கருதியும் அது அவ்வாறு வந்திருக்கிறது. இத்தகைய மாற்றம் வரலாற்றில் எப்பொழுது, எப்படி ஏற்பட்டது என்பது தெரியவில்லை. இந்த மாற்றத்தில் இருவேறு பயன்பாடுகளிலிருந்து ஒரு பயன்பாட்டுக்கு மட்டும் விகுதி மாறியிருப்பது எளிமை நோக்கத்துக்காகவே. இன்று பல இடங்களில்

எளிமையைப் பேணும் முறையைக் காணலாம். இடைக்கால, சங்ககாலத் தமிழில் இத்தகைய எளிமை கையாளப்படவில்லை என்பதற்கான காரணம் உரைநடை பேச்சுத் தமிழுக்கான வேறுபாட்டின் அடிப்படையில்தான் எனலாம்.

தமிழ்மொழியின் உரை, பல திறன்களைக் கொண்டிருக்க வேண்டும். படிப்பதும் பேசுவதும் இரு வேறு தன்மைகளைக் கொண்டவை. படிப்பதிலும் எழுதுவதிலும் பல சிக்கல்களைக் கொணர்வதே திறமை. எழுத்து என்பது திறமை கருதிப் பல சிக்கல்களைத் தன்னகத்தே உட்படுத்தியிருக்கவேண்டும். அதுவே உரையின் சிறப்பு எனப் பலரும் அறிவர். ஆனால் பேச்சுத் தமிழ் பாமரர்களும் அறிஞர்களும் பயன்படுத்தும் ஒரு காரணி எனலாம். சிக்கல்களை ஆய்ந்தறிந்து பேசுவதும் புரிந்துகொள்வதும் இயலாத ஒன்றாகும். ஒருவருக்கொருவர் உரையாடும்போது எச்சம், தொகை என்பன போன்ற சிக்கல்கள் எதுவும் இல்லாமல் பேச்சுத் தமிழ் தன்னகத்தே எளிமையை உட்படுத்தியிருக்கவேண்டும் என்பது பொதுவான கருத்து. இதனால்தான் இடைக்கால, சங்ககாலத் தமிழினின்று இக்காலத்தமிழுக்கு மாறும் முகத்தான் எளிமை காரணமாகப் பல மாற்றங்கள் ஏற்பட்டிருக்கின்றன. கவிதை, பாடல்கள் என்னும் நிலையிலிருந்து பேச்சுத்தமிழ், உரை என்னும் இருவேறு நிலைகளுக்கு வரும்போது எளிமை கருதி ஏற்பட்டிருக்கலாம். இடைக்காலத்திலும் சங்ககாலத்திலும் பேச்சு வழக்கு பற்றிய தகவல்கள் இல்லாதபோது இவ்வகை எளிமை அப்பொழுதும் இருந்திருக்குமா என்பது நம்மால் அறிந்துகொள்ள முடியாத ஒன்றே. 'ஆர்' எனும் சொல் இக்காலத்தில் 'யார்' என வழங்கப்படுகிறது. இது எளிமை குறித்து என்றாலும் இவ்விரு சொற்களும் பண்டைத் தமிழ் இலக்கியங்களில் வந்திருக்கின்றன.

ஆர்[ār] interrog. pron ār . யார். [K. āru, M. ār.] Who?; யார். நானாரென் னுள்ளமார் (திரு வாச. 1, 2).

கீழ்க்காணும் திருமந்திரம் பாடலில் 'ஆர்' எனும் சொல் யாப்பிலக்கணத்தின் காரணமாகப் பயன்படுத்தப்பட்டுள்ளது எனத் தோன்றுகிறது.

பெருமை சிறுமை அறிந்தெம் பிரான்போல்
அருமை எளிமை அறிந்தறி வார்ஆர்
ஒருமையுள் ஆமைபோல் உள்ஐந்து அடக்கி
இருமையுங் கேட்டிருந் தார்புரை அற்றே. (திருமந். 133)

அருள்எங்கு மான அளவை அறியார்
அருளை நுகர்அமு தானதும் தேரார்
அருள்ஐங் கருமத்து அதிசூக்கம் உன்னார்
அருள்எங்கும் கண்ணானது ஆர்அறி வாரே. (திருமந். 1798)

‘ஆர்’ எனும் வினாச் சொல் ‘யார்’ என மாறியதற்கான மொழியியல் விளக்கம் தேவைப்படுகிறது. இதை “யகர மெய் கெடல் வழியாக” யார் > ஆர் என மாறியுள்ளது என்கிறார் சண்முகம் (2009). ‘ஆர்’, ‘யார்’ என இவ்விரண்டும் சங்ககாலம்தொட்டே வழக்கிலுள்ளன. “யார்வாய்க் கேட்டனை காதலர் வரவே, (குறு. 74),” “வேனிற் புனலன்ன நுந்தையை நோவார் யார்?” (கலி. 84:38) போன்ற பாடல்களில் ‘யார்’ எனும் வினாச்சொல் உள்ளது. இச்சூழலில் ‘யகர மெய்’ ஏன் கெடவேண்டும் என்பதற்கான விளக்கம் தேவைப்படுகிறது. குறிப்பாக ‘வார்ஆர்’, ‘ஆர்அறி வாரே’ எனப் பாடலிடையே வரும் இச்சொற்கள் பாடலின் சொற்தன்மைக்கு இயையக் கொடுக்கப்பட்டிருக்கிறது. ‘வார்யார்’ என்றோ ‘யார்அறி வாரே’ எனக் கொடுத்திருந்தால் இவை இப்பாடலின் யாப்பிலக்கண விதிக்கு ஒவ்வாததாக இருக்கும். இந்நிலையில் செய்யுள் இலக்கணம் குறிப்பிட்ட மொழிமாற்றத்துக்கு வித்திட்டிருக்கிறது. இவற்றைப் பொதுத்தன்மைப்படுத்தி ஒரு சில மொழியியற் கோட்பாட்டுக்குள் வரையறைப்படுத்த இயலுமாயின், வரலாற்று மொழியியல் அடிப்படையில் ஏற்பட்டுள்ள மாற்றங்களையும் விளக்கப் பயன்படும்.

ஆய், ஆய்த்தி, ஆச்சி, ஆய்ச்சியர்!

‘ஆச்சி’ எனும் சொல் இப்போதும் சரளமாகப் புழக்கத்திலுள்ளது. ‘ஆச்சி மசாலா’, ‘என்னுடைய ஆச்சி’ எனப் பலவாறு நாம் இச்சொல்லைப் பயன்படுத்துவதைக் காண்கிறோம். இது சங்க காலத் தமிழையும் நேரடியாக இணைக்கிறது. இதற்கான ஒலிவழி மாற்றங்களை நாம் கூர்ந்துநோக்கவேண்டியிருக்கிறது. இதன் மூலச்சொல் ‘ஆய்’ என்பதாகும். இதற்கான சான்றுகளில் ஒன்று குறுந்தொகைப் பாட்டின் (குறு. 40) அடி, ‘யாயும் ஞாயும் யாராகியரோ’ என்பதாகும். இவ்வடியில் உள்ள ‘யாய்’ என்பது ‘நம் அம்மா’ என்னும் தொடராகும். என்னுடைய தாய் ‘யாய்’, உங்களுடைய தாய் ‘ஞாய்’ என்னும் பொருளுக்குரியன.[4]

ஆகாரச் சொல்லின் முதலில் ‘ய’வை இணைப்பது வழக்கே. ஆர் > யார் என்பது ஒரு எடுத்துக்காட்டு. –த்தி என்பது பெண்பால் விகுதி. –அன் என்பது ஆண்பால் விகுதி. –த்தி எனும் விகுதி அண்ண ஒலியாக்கப்பட்டு –ச்சி என ஆகியுள்ளது. ‘ஆய்த்தி’ என்னும் சொல் பேச்சில் ‘ஆய்ச்சி’ என மருவி ‘ய’ ஒலி விடுபட்டு ‘ஆச்சி’ என ஆகியுள்ளது. இடையிலுள்ள ‘யகரம்’ விடுபடுதல் ‘வரலெ’ போன்ற சொற்களில் ‘வகரம்’ விடுபடுவது போலாகும். அம்மம்மா என்பதுபோல் சில வட்டார வழக்குகளில் ஆய்த்தி >

4. காண்க: பேரகராதி: யாய் [yāy] n yāy . cf. ஆய். Mother; தாய். முன்றிற் போகா முதிர்வினள் யாயும் (புறநா. 159).

ஆச்சி எனும் சொல்லை 'அச்சி' என்ற உருபாக, 'பாட்டி' எனும் பொருளில் 'அம்மச்சி' என்கிறார்கள். குறிப்பாக, இங்கு '–ச்சி' எனும் விகுதி 'த்தி' எனும் விகுதியிலிருந்து வந்தது. இதற்கு மூலக் காரணம் தமிழில் பரவலாக நடைபெறும் 'அண்ண ஒலியாக்கல்' வழி வந்த மொழி மாற்றமே. இதற்கான இன்னொரு எடுத்துக்காட்டு –ஆயிற்று > ஆயித்து > ஆயிச்சு > ஆச்சு என்பதாகும்.

'சக்களத்தி', 'குறத்தி' போன்ற சொற்களில் அண்ண ஒலியாக்கல் நடைபெறவில்லை. ஏனெனில் இதில் 'அ' உயிர் இறுதியில் உள்ளது. 'இகரமோ', 'ஐகாரமோ', 'யகரமோ' இறுதி ஒலியாக இந்தச் சொற்களில் வரவில்லை. 'வண்ணான்', 'வண்ணாத்தி' போன்ற சொற்களும் கவனத்துக்குரியன. இவ்வகைச் சொற்களில் 'அண்ண ஒலியாக்கலுக்கான' சூழல்கள் இல்லை. அதனால் '–த்தி' என்பதே '–ச்சி' என ஒலிவழி மாற்றத்தால் மருவிய வடிவாகும். அண்ண ஒலியாக்கத்துக்கு உட்பட்ட இன்னொரு வழக்கமான சொல் 'பறச்சி' ஆகும். பறையன் என்னும் ஆண்பால் சொல் 'பறை'களை அடிப்பவர்களைக் குறிக்கிறது. 'பறைத்தி' என்பது இதற்கான பெண்பால் பெயராகும். இச்சொல்லில் உள்ள 'ஐகார' இறுதி ஒலி '–த்தி' என்னும் விகுதி '–ச்சி' என அண்ண ஒலியாகி, 'ஐகாரம்' விடுபட்டுப் 'பறச்சி' என வழக்குக்கு வந்துள்ளது.

அண்ண ஒலியாக்கப்பட்ட –ச்சு/ –ச்சி இகரம் அல்லது யகரம் இறுதியற்ற சொற்களிலும் பொதுமைப்படுவது தமிழில் உண்டு. 'ஆயிற்று', 'போயிற்று' போன்ற சொற்கள் மூலம் உருவாகிய –ச்சு என்னும் விகுதி 'வந்துச்சு', 'எடுத்துச்சு' என எல்லா வகை வினைகளிலும் வருவது போல் '–த்தி' எனும் உருபு அண்ண ஒலியாக்கம் மூலம் '–ச்சி' எனும் பெண்பால் விகுதியாக மாறி இகர இறுதியற்ற பெயர்களிலும் வருகிறது! இதற்கான எடுத்துக்காட்டு: 'தமிழன்' எனும் ஆண்பால் சொல்லுக்கு இணையானது, *தமிழத்தி > தமிழச்சி எனும் சொல்! 'தமிழச்சி' எனும் பெண்பால் பெயரை '–ச்சி' எனும் விகுதி பெற்ற சொல்லாகவே கொள்ளவேண்டும்.

இதன் தொடர்பாக மற்றச் சொற்களையும் நாம் இங்குச் சுட்டிக்காட்டவேண்டும். 'அண்ண ஒலியாக்கல்', 'ய' விடுபடுதல் என்னும் நோக்கில் பின்வரும் மொழி மாற்றங்களையும் நாம் கூர்ந்துநோக்கவேண்டும்.

பாய் > பாய்த்து > பாய்ச்சி > பாச்சி (எ.கா. – தண்ணி பாச்சினேன்)

தோய் > தோய்த்து > தோய்ச்சி > தோச்சி (எ.கா. – துணியெ தோச்சிப் போட்டேன்)

காய் > காய்த்து > காய்ச்சி > காச்சி (எ.கா. – தண்ணியெக் காச்சினேன்)

இது போன்ற 'ய்த்தி' எனும் அமைப்பில் வந்த '–த்தி' என்னும் உருபு '–ச்சி' என சங்ககாலத்தில் மாறியுள்ளது. இக்கருத்தை வலியுறுத்துவதாகப் பின்வரும் அகநானூற்றுப் பாடலிலும் வருகிறது 'தொலைச்சி' என்னும் சொல்.

பனைத்திரள் அன்ன பருஏர் எறுழ்த் தடக்கைக்
கொலைச்சினந் தவிரா மதனுடை முன்பின்,
வண்டுபடு கடாஅத்து, உயர்மருப்பு யானை
தண்கமழ் சிலம்பின் மரம்படத் தொலைச்சி

...(அகம். 148)

'பனை மரத்தின் அடர்த்தியைப் போல பெருத்த ஏர் போன்ற கைகள் கொலை செய்கிற சினத்தைக் கொண்ட மதம் கொண்ட யானையின் முன்பு வண்டுகள் சூழ்ந்த சோலையில் குளிர்ந்த மணம் கமழ்கின்ற சூழலிலுள்ள மரத்தினிடையே தொலைந்தன ...' 'தொலைத்து' என்னும் சொல்லின் அண்ண ஒலியாக்கப்பட்ட வடிவமாகிய 'தொலைச்சி' பேச்சுத் தமிழன்றிச் சங்ககாலக் கவிதையிலும் பயன்பட்டுள்ளமை இம்மாற்றம் ஏற்பட்டதற் கான சான்றாகும். இருப்பினும் 'ச்சி' என்னும் விகுதியை இலக்கியத்தமிழோடு இணைத்துப் பார்க்க யாரும் விரும்புவதில்லை. இப்போக்கை மதுரைக்காஞ்சிப் பாடல்களின் அடிகளை உரைநடைப்படுத்திய சாமுவேல் சுதானந்தாவின் நூலிலிருந்து அறிகிறோம்.

உறு செறுநர் புலம் புக்கு, அவர்
கடி காவின் நிலை தொலைச்சி (மதுரைக்காஞ்சி 152–53)
...

என்னும் அடிகளுக்கு உரைநடை விளக்கம் தரும் சாமுவேல் சுதானந்தா 'தொலைச்சி' என்னும் சொல்லை 'தொலைத்து' என்று மாற்றுகிறார்.

தானுற்ற பகைவர் நாடு புகுந்து,
அவர் காவல் காட்டின நிலையைத் தொலைத்து

...(சுதானந்தா 2013 பக். 30)

இம்மனநிலை மொழியின் ஒலிமாற்றங்களுக்குட்படாத வடிவங்களை இலக்கியத்தமிழ் எனவும் ஒலிமாற்றங்களுக்கு உட்பட்டவற்றைப் பேச்சுத்தமிழ் அல்லது பயன்பாட்டுத் தமிழ் எனவும் அறியும் மனநிலை எனக் கூறலாம்.

இது போன்ற ஒலிவழி ஏற்பட்ட மாற்றங்களே 'ஆச்சி', 'ஆச்சி மசாலா' என்னும் சொற்களின் உண்மைப் பொருளை

அறிந்துகொள்ள வழிவகுக்கின்றன. ஆனால் இச்சொற்களை ‘ஆய்த்தி’ என்றோ ‘ஆய்த்தி மசாலா’ என்றோ எழுத விரும்ப மாட்டார்கள். மேற்கூறியபடி குறுந்தொகை, புறநானூற்றுப் பாடல்கள் வழி அறிந்த ‘ஆய்’, ‘ஆச்சி’ என்னும் சொல்லாக வழங்கி வருகிறது. இதை எண்ணும்போது ‘ஆச்சி’ என்னும் சொல்லின் மூலம், சங்ககாலத் தமிழர்களின் ‘ஆய்’ என்னும் சொல் வழி நடந்த இலக்கியப் பயணமென நன்கு அறியமுடிகிறது. சில வட்டார வழக்குகளிலும் ‘ஆயி’, ‘ஆயா’ போன்ற சொற்கள் தாயையும் பாட்டியையும் குறிக்கும் சொற்களாகவே பயன்படுகின்றன. ‘ஆத்தாள்’ என்னும் சொல்லையும் ‘ஆய்’ என்னும் சொல்லின் மூலச்சொல்லோடு விளக்கவேண்டியிருக்கிறது. ‘ஆய்த்தாள்’ என்னும் சொல்லில் ‘ய்’ என்ற எழுத்து அண்ணவொலியாக்கம் நடைபெறும் முன்னரே விடுபடுவதால், நாம் ‘ஆத்தாள்’ என்னும் சொல்லை வழக்கில் காண்கிறோம்.

ஆய்த்தியர், ஆய்ச்சியர், ஏறு தழுவுதல்

சங்ககாலப் பாடல்களிலும் பக்தி இலக்கியங்களிலும் பசு மேய்க்கும் பெண்களை ஆயர்குல மங்கையர் எனப் பரவலாக அழைத்து வந்துள்ளனர். ஆண் பசுவை ‘ஏறு’ என அறிந்து வந்துள்ளனர். தமிழ்ப் பண்பாட்டில் ஏறு தழுவும் ஆண்களையே இந்த ஆயர்குல மங்கையர் கைப்பிடிக்கும் பழக்கம் இருந்து வந்திருக்கிறது என்னும் கருத்தைப் பின்வரும் கலித்தொகைப் பாடல் வலியுறுத்துகிறது.

> . . .
> கொல்லேற்றுக் கோடஞ்சு வானை மறுமையும்
> புல்லாளே ஆய மகள்;
> அஞ்சார் கொலையேறு கொள்பவரல்லதை
> நெஞ்சிலார் தோய்தற் கரிய வுயிர்துறந்து
> நைவாரா ஆயமகள் தோள்; (கலி. 103: 63–67)

‘கொல்கின்ற தன்மையை உடைய காளையின் முதுகுக் கோட்டைக் கண்டு அஞ்சுபவனை மறுபிறப்பிலும் விரும்பமாட்டாள் ஆய மகள். அஞ்சாமல் தங்களின் கொலைத்தன்மை கொண்ட காளையை அடக்குபவர்கள் அல்லாமல் தங்களின் அரிய உயிர் துறக்கவும் துணிவு இல்லாதவர்கள் ஆயமகளிரின் தோளைப் பற்ற இயலுமா?’

இங்கு ‘ஆயமகள்’ என்பது தாய் என்னும் பொருளில் வரும் ‘ஆய்’ என்னும் சொல்லிலிருந்து வேறுபட்ட ஒன்று. இந்த உண்மையை ஒலிமாற்றங்கள் வழி வந்துள்ள ‘ஆய்ச்சியர்’ என்னும் சொல் உறுதிப்படுத்துகிறது. ‘ஆய்த்தியர்’ என்னும்

சொல் 'ஆய்ச்சியர்' என்னும் சொல்லாக அண்ணவொலியாக்கம் மட்டும் ஏற்பட்டுள்ளது. ஆனால் 'ய்' விடுபடும் ஒலிமாற்றம் இச்சொல்லில் ஏற்படாமை நோக்கத்தக்கது. இவ்வொலி மாற்றமும் ஏற்பட்டிருந்தால் 'ஆச்சி' என்னும் சொல் பொருள்மயக்கம் கொண்ட சொல்லாக இருந்திருக்கும். இப்பொருள் மயக்கத்தைத் தடுக்கவே 'ய்' என்னும் ஒலி விடுபடாமல் இருந்திருக்கிறது. இப்பண்பு இயல்பாக இருந்துவரும் மொழிப்பண்பின் கூறாகும். 'ஆய்ச்சியர்' என்னும் சொல் சங்ககாலப் பாடல்களில் வழங்கி வந்துள்ளமையைப் பின்வரும் எடுத்துக்காட்டின் வழி அறியலாம்.

ஆங்கு,

> தம்புல ஏறு பரத்தர உய்த்ததம்
> அன்புறு காதலர் கைபிணைத் தாய்ச்சியர்
> இன்புற் றயர்வர்... (கலி. 106:30–33)

'அங்கே தங்களின் புலத்தில் காளையை அடக்கிய அன்புக்குரிய காதலர்களின் கைபிடித்து ஆய்ச்சியர் இன்பமடைந்து இருப்பார்கள்'.

> ஆங்கு, போரேற் றருந்தலை அஞ்சலும் ஆய்ச்சியர்
> காரிகைத் தோள்கா முறுதலும் இவ்விரண்டும்
> ஓராங்குச் சேறல் இலவோவெங் கேளே; (கலி. 106: 40–43)

'காளையோடு போரில் ஈடுபடுவதை அஞ்சுவதும் ஆயர் மகளின் தோளைப் பற்றி இன்புறுதலும் ஒன்றுக்கொன்று முரணானதாகும். இவை இரண்டும் இங்குச் சேருதல் இல்லை என்பதைக் கேளுங்கள்.'

காளையின் தோளை அடக்காதவர்களால் தங்கள் இனப் பெண்களின் தோளை அடைய இயலாது என்னும் கருத்தை வலியுறுத்தும் மேற்படி கலித்தொகை அடிகளின் மூலம் 'ஏறுதழுவுதல்' என்னும் பழக்கத்தையும் 'ஆயர்குலப் பெண்கள்' தங்களின் விருப்பத்துக்கேற்ற ஆண்மகனைக் கைப்பிடிக்கும் பழக்கத்தையும் அறியமுடிகிறது. 'ஆச்சி', 'ஆய்ச்சி' என்னும் ஒலிமாற்றங்களுக்குட்பட்ட இச்சொற்கள் மேற்படி தமிழ்ப் பண்பாட்டைப் பற்றி அறிய வழிவகுக்கிறது என்றால் அது மிகையாகாது.

ஒலிவிலகலின் ஈடாக ஏற்படும் உயிரெழுத்து நீட்டல்

குறில் நெடிலாக மாறும் பண்பு தமிழின் ஒரு ஒலிமாற்றம். ஏதாவது ஒரு மெய்யெழுத்தோ அசையோ ஒரு சொல்லிலிருந்து விடுபடும்போது அதற்கு ஈடாக அதனருகில் உள்ள குறில் நெடிலாக மாறும். இத்தகைய மாற்றங்கள் தமிழ் உருபுகளின் அளவில் ஏற்பட்டு மொழியில் பல தாக்கங்களை ஏற்படுத்தியுள்ளன.

எடுத்துக்காட்டாக, 'அன்' என்னும் விகுதி தமிழ் இலக்கியங்களில் இணைப்புச் சாரியையாகப் பயன்படுத்தப்பட்டு வருவதைக் காணலாம். 'வந்தனன்', 'வந்தனை' என்னும் இரு சொற்களையும் நோக்கும்போது இந்தச் சாரியை இறந்தகால விகுதியாகிய 'ந்த்' என்னும் விகுதியையும் 'அன்' என்னும் படர்க்கை ஒருமை விகுதியையும் 'ஐ' என்னும் முன்னிலை ஒருமை எழுவாய் விகுதிகளையும் இணைக்கிறது. இவ்விகுதியைப் பொருளற்றச் சாரியை என இலக்கணங்கள் கூறும். இருப்பினும் இவ்வசைச் சொல்லின் இறுதியிலுள்ள மெய் 'ன்' பேச்சு வழக்கில் விடுபடுகிறது. இதன் தாக்கத்தால் இதனருகில் உள்ள குறில் 'அ' நெடில் 'ஆ' என மாறுகிறது. இதன் வழியே இக்காலத் தமிழில் உள்ள 'ஆன்', 'ஆய்' போன்ற எழுவாய் விகுதிகள் வழக்குக்கு வந்துள்ளன. குறிப்பாக இத்தகைய மாற்றம் சங்ககாலத்திலேயே ஏற்பட்டு 'அனை' என்பதை இலக்கிய வழக்காகவும், 'ஆய்' என்பதை மாற்று வழக்காகவும் காணலாம். பின்வரும் எடுத்துக்காட்டுகளில் 'ஐ', 'அனை' ஆகிய விகுதிகளைச் சங்ககாலப் பாடல்களில் காணலாம்.

  வருந்தினை– வாழி, என் நெஞ்சே! – பருந்து இருந்து   (அகம். 19)

'வருந்தினை' என்னும் சொல்லில் 'இன்' என்னும் இறந்தகால விகுதி 'ஐ' என்னும் முன்னிலை ஒருமை விகுதியோடு வந்துள்ளது.

  ஒழியச் சூழ்ந்தனை ஆயின், தவிராது   (அகம். 19)

'சூழ்ந்தனை' என்னும் இறந்தகால வினையில் 'ஐ' விகுதி 'அன்' என்னும் சாரியையோடு இணைந்துள்ளது.

  வென்றி வேட்கையொடு நம்மும் உள்ளார்   (அகம். 364)

'உள்ளார்' எனும் சொல் 'உள்ளனர்' என்பதன் மாற்று வழக்காகும்.

  விடாஅது நீயெம்மில் வந்தாயவ்வியானை
  கடாஅம் படுமிடத் தோம்பு   (கலி. 97:30–1)

'வந்தாய்', 'வந்தனை' ஆகியன ஒலிமாற்றத்தால் ஏற்பட்ட மாற்று வழக்குகள்.

  தெரியிழாய்! தேற்றாய் சிவந்தனை – காண்பாய்நீ – தீதின்மை

                (கலி. 91:16)

'சிவந்தனை', என்னும் சொல் 'அன்' சாரியையோடும் 'காண்பாய்' என்னும் சொல் இத்தகைய மாற்றங்களுக்கு ஈடுபடாத 'ஆய்' என்னும் விகுதியோடும் சேர்ந்துள்ளன. எதிர்காலவினைகளோடு 'அனை' வராத நிலையில் 'ஐ', 'ஆய்' என்னும் இருவிகுதிகளும் முன்னிலை ஒருமை விகுதிகளாக ஆகியுள்ளன.

3'வ' விடுபடுதலும் உயிரெழுத்து நீட்டலும்

உயிரெழுத்து நீட்டலின் மற்றொரு சூழலையும் பேச்சுவழக்கில் காண்கிறோம். 'விடு' என்னும் விகுதியின் 'வி' அசை, வினைத்தொகையிலிருந்து விடுபடும்போது இரு வேறு சூழலில் இது நடைபெறுகிறது.

'விடு' என்பது விகுதியாக வினைத்தொகையோடு வரும்போது 'வி' பேச்சு வழக்கில் விடுபட்டு 'டு' மட்டும் பயன்படுவதைக் காண்கிறோம்.

கொடுத்துவிடு > கொடுத்துடு

அனுப்பிவிடு > அனுப்பிடு

இந்த இரண்டு வினைகளிலும் 'விடு' என்னும் விகுதி முறையே 'கொடுத்து', 'அனுப்பு' என்னும் வினையெச்சங்களுடன் வந்துள்ளது. இதே வினைகளையும் 'ஒரு பொருளை ஒருவர் மூலம் கொடுத்து/அனுப்பிவிடுவதாகக் கொண்டால்' இவற்றைத் கூட்டுவினைகளாகக் கொள்ளவேண்டும். இவ்வினைகளிலும் 'வி' அசை பேச்சு வழக்கில் விடுபடுகின்றது. ஆனால் இவற்றின் 'உகரம்' நெடிலாக மாறுவதைக் காண்கிறோம்.

கொடுத்துவிடு > கொடுத்தூடு

அனுப்பிவிடு > அனுப்பியூடு

இந்த நெடிலாகும் பண்பு முறையே 'கொடுத்துடு', 'அனுப்பிடு' என்னும் வடிவங்களிலிருந்து பொருள்மயக்கத்தைத் தவிர்க்கவே என்பது குறிப்பிடத்தக்கது. இந்தப் பண்பைக் கீழ்வரும் வினைகளிலும் காணமுடிகிறது.

போட்டுவிடு > போட்டுடு / போட்டூடு

தள்ளிவிடு > தள்ளிடு / தள்ளியூடு

இவ்வெடுத்துக்காட்டுகள் தமிழ்மொழியில் இயற்கையாகவே இருந்துவரும் பொருள் மயக்கத்தைத் தீர்க்கும் உத்தியை அறிவுறுத்துகின்றன. இந்த உத்தியே தமிழ் மொழியின் பல மாற்றங்களுக்கும் வித்திட்டுள்ளது.

முடிவுரை

தமிழ் இலக்கியங்களைச் சங்ககாலம், இடைக்காலம், இக்காலம் என மூன்று நிலையில் பிரிப்பதன் உண்மை நோக்கம் என்ன, என்ன காரணங்களால் இவ்வேறுபாட்டைக் காண்கிறோம் என அலசுகிறது இந்நூல். சமயக் கோட்பாடாக இருக்கட்டும், அகம் – புறம் எனும் கோட்பாடாக இருக்கட்டும்; இக்கோட்பாடுகளைத் தமிழ்க் கவிஞர்கள் எங்ஙனம் தங்கள் கவிதைகளில் தெரிவிக்கிறார்கள் எனப் பல்வேறு இலக்கிய உத்திகள் வழி விளக்கியிருக்கிறது இந்நூல். சமயம் என்பதும் தமிழர்ப்பண்பாடு என்பதும் வெவ்வேறல்ல என்ற அளவுக்கு இடைக்காலச் சமய இலக்கியங்கள் தமிழர் வாழ்வில் பெரிய தாக்கத்தை ஏற்படுத்தியிருக்கின்றன என்றால் மிகையாகாது. அவ்வண்ணமே சங்க இலக்கியங்களின் பல சிறப்புப் பண்புகள் தமிழர்களின் வாழ்வில் வீரம், காதல், திணை போன்ற கருத்துகளின் அடிப்படையில் பெரிய தாக்கத்தை ஏற்படுத்தியுள்ளன என்பதும் குறிப்பிடத்தக்கதே. இந்நிலையில் இந்நூல் சங்க, சமய இலக்கியங்களைப் பல்வேறு கண்ணோட்டங்களில் அலசுகிறது. அக்காலம் தொட்டு இக்காலம் வரை தமிழ் இலக்கியங்கள் கொண்ட பல்வேறுவகைப்பட்ட பயணத்தை விளக்கியிருக்கிறது இந்நூல்.

ஒலியன் குறைப்பினால் புது விகுதிகள் உண்டாதல், கூட்டுவினை – கூட்டுப்பெயர்கள் உருவாகும் தருணத்தில் கூட்டுவினையே வழக்கிழத்தல், ஒரு பொருளைக் குறிக்கப் பல சொற்கள் இருக்கும்போது ஒரு சொல்லின்

ஆதிக்கம் மேம்பட மற்ற சொற்கள் வழக்கிழத்தல், யாப்பிலக்கண விதிக்குட்பட்டுப் பிரிக்கப்பட்ட சொற்கள் விகுதிகளை உருவாக்கும் சூழலை ஏற்படுத்துதல் போன்ற பல்வேறு மொழியியல் சூழல்கள் தமிழ்மொழியைப் பிற்காலம், இடைக்காலம் இக்காலம் என மூன்று நிலைகளில் காண வழிவகுத்திருக்கின்றன. இத்தோடு இடைக்காலத்தில் நிகழ்ந்த பக்திவழி மாற்றங்களும் மொழி மாற்றங்களுக்குப் பல்வேறு வகையில் காரணமாயிருந்தன.

மொழிவழி மாற்றங்கள், இலக்கியங்களின் வழித் தமிழர்களின் வாழ்வுமுறையில் ஏற்பட்ட மாற்றங்கள் என அனைத்தையும் விளக்கச் சங்கால, இடைக்கால, இக்காலத் தமிழ் இலக்கியங்களை மிகவும் நுணுக்கமாகத் திறனாய்வு செய்தல் தேவை என்ற கருத்தை இந்நூல் பல கோணங்களில் விளக்கியிருக்கிறது. 'இலக்கியப் பண்பாடு' என்னும் சிறப்பைக் கொண்ட தமிழ்ப்பண்பாட்டின் கூறுகளை இங்குக் காண்கிறோம். இலக்கியங்கள்வழித் தங்கள் வாழ்வுமுறையை அமைத்துக்கொள்ளும் இப்பண்பினை இலக்கியங்களின் தாக்கம் என அறிய முடிகிறது. 'இலக்கியச்சூழல்' என்னும் ஒரு பொதுவான சூழலை இயற்கையைக் கொண்டும் விலங்குகளைக் கொண்டும் பறவையினங்களைக் கொண்டும் பயன்படுத்தப்பட்டுள்ள பல்வேறு உத்திகளின்வழி அறிகிறோம். இயற்கையையும் தமிழர்களின் வாழ்வுமுறையையும் இத்தகைய இலக்கியச்சூழல்கள் வழியாகத் தெளிவாக உணர முடிகிறது.

இலக்கிய உத்தி எனப்படும் பல பண்புகளைச் சங்க இலக்கியத்திலும் பக்தி இலக்கியத்திலும் ஒருவாறு காண முடிகிற நிலையில் தமிழுக்கென்று ஓர் இலக்கியச் சூழல் சங்ககாலத்திலிருந்தே உருவாகியிருப்பதைக் காண்கிறோம். அத்தகைய இலக்கியச் சூழலே பின்னர்த் தமிழர்களின் வாழ்வுமுறையாகவும் இலக்கியப் பயணமாகவும் தொடர்ந்து வளர்ந்து வந்துள்ளது. இயற்கையையும் மனித வாழ்வையும் இணைக்கும் இவ்வகை இலக்கிய உத்திகள் இலக்கியவாதியின் கற்பனை நயம் எனலாம். இயற்கையின் சில கூறுகளை அழகுற விளக்கும்போது அவற்றை மனித வாழ்வின் நடைமுறைகளுக்கு உவமையாக நேரடியாகவும் உள்ளுறை உவமமாக மறைமுகமாகவும் சங்க இலக்கியங்கள் தன்னகத்தே கொண்டுள்ளதை அறியும்போது தமிழ் இலக்கியப் பயணத்தையும் தமிழர் வரலாற்றையும் உறுதியாக நம்மால் அறியமுடிகிறது.

மேற்கோள் நூல்கள்

தமிழ் மொழியியல்: புதிய சிகரங்கள். செ. வை. சண்முகனார் பவளவிழா மலர், 2008. அகத்தியலிங்கம், ச., அருள்ராஜ், வே.சா., (தொ–ர்). அண்ணாமலை நகர்: மொழியியல் துறை, அண்ணாமலைப் பல்கலைக் கழகம்.

ஆறுமுகம், இ. 2008. "திருமூலரின் அறச்சிந்தனைகள்." தமிழ்மொழியியல்: புதிய சிகரங்கள், செ.வை.சண்முகனார் பவளவிழா மலர் 2008. ச. அகத்தியலிங்கம், வே.சா. அருள்ராஜ் (தொ–ர்). அண்ணாமலை நகர்: மொழியியல் துறை, அண்ணாமலைப் பல்கலைக்கழகம். pp. *70–75*

இலக்குவனார், சி. 2009. பழந்தமிழ். சென்னை: இலக்குவனார் இலக்கிய இணையம்.

கிருஷ்ணஸ்வாமி அய்யங்கார். (ப–ர்). நாலாயிர திவ்ய ப்ரபந்தம் முதலாயிரம். திருச்சி.

சதீஷ், அ., 2008. சங்க இலக்கிய உரைகள். சென்னை: அடையாளம் பதிப்பகம்.

சிவத்தம்பி, கார்த்திகேசு. 2008. "சங்ககாலமும் இலக்கியமும் ஆய்வின் மாறும் பரிமாணங்கள் – ஆதார சுருதியுரை." தமிழ்மொழியியல்: புதிய சிகரங்கள், செ.வை.சண்முகனார் பவளவிழா மலர் 2008. ச. அகத்தியலிங்கம், வே.சா. அருள்ராஜ் (தொ–ர்). அண்ணாமலை நகர்: மொழியியல் துறை, அண்ணாமலைப் பல்கலைக்கழகம். pp. *127–65*.

சாமிநாதையர், உ. வே. 1958. என் சரித்திரம் (சுருக்கம்). திருவல்லிக்கேணி, சென்னை: தியாகராஜ விலாசம்: (முதற் பதிப்பு, ஜனவரி, 1958).

சண்முகம், செ. வை. 1989. மொழி வளர்ச்சியும் மொழி உணர்வும். சென்னை: மணிவாசகர் பதிப்பகம்.

சண்முகம், செ.வை. 1998. *இலக்கியமும் மொழியமைப்பும்.* அம்பத்தூர், சென்னை: நியூ செஞ்சுரி புக் ஹவுஸ் (பி) லிட்.

சண்முகம், செ.வை. 2009. *கவிதை ஆய்வு.* Chennai: Buddha Publications.

சண்முகம், செ.வை. 2013. *கவிதைக் கட்டமைப்பு.* அம்பத்தூர், சென்னை: நியூ செஞ்சுரி புக் ஹவுஸ் (பி) லிட்.

சுதானந்தா, சாமுவேல். 2013. *மாங்குடி மருதனாரின் மதுரைக் காஞ்சி. (விளக்க வடிவு).* சென்னை: கயல்கவின், சாய் தென்றல் பிரிண்டர்ஸ்.

துரைசாமிப் பிள்ளை, சு. ஔவை. 1972. *புறநானூறு (201 – 400).* திருநெல்வேலி: திருநெல்வேலி, தென்னிந்திய சைவசித்தாந்த நூற்பதிப்புக் கழகம் லிமிடெட்.

காசிவிசுவநாதன் செட்டியார். 1962. *கலித்தொகை – நச்சினார்க்கினியருரையுடன்.* திருநெல்வேலி: திருநெல்வேலித் தென்னிந்திய சைவசித்தாந்த நூற்பதிப்புக் கழகம் லிமிடெட்.

தியாகராஜன், இல. 2014. *வேட்டவலம் வரலாறு.* Tiruvannamalai, Tamil Nadu: Lakshmanan Arunganayagi Patippakam.

நாராயணசாமி, அ. 1962. *நற்றிணை நானூறு – மூலமும் உரையும்.* திருநெல்வேலி: திருநெல்வேலித் தென்னிந்திய சைவசித்தாந்த நூற்பதிப்புக் கழகம் லிமிடெட்.

புலியூர்க்கேசிகன் (தெளிவுரை). 2006. *அகநானூறு களிற்றியானை நிரை. (இரண்டாம் பதிப்பு).* சென்னை: பாரி நிலையம்.

புலியூர்க்கேசிகன் (தெளிவுரை). 2002. *பரிபாடல் (ஐந்தாம் பதிப்பு).* சென்னை: பாரி ஆப்செட் பிரிண்டர்ஸ்.

வேங்கடசாமி நாட்டார் & வேங்கடாசலம் பிள்ளை, 1965. *அகநானூறு (உரையுடன்).* திருநெல்வேலி, சென்னை – 1: திருநெல்வேலித் தென்னிந்திய சைவசித்தாந்த நூற்பதிப்புக் கழகம்.

Annamalai, E. 2008. "The River of Tamil Grammar: Continuity vs. Shift in Course". In *அகத்தியலிங்கம் ச., அருள்ராஜ், வே.சா (தொகுப்பு).* pp. *321–38.*

Annamalai, E. 2011. Purification. In E. Annamalai, Social Dimensions of Modern Tamil, 13-34. Chennai: CreA.

Annamalai, E. 2014. "Death by other means: Neo-vernacularization of South Asian Languages". Language Documentation & Conservation Special Publication, No. 7 (January 2014). Language Endangerment and

Preservation in South Asia. Ed. By Hugo C. Cardoso, pp. 3-18. (<http://nflc.hawaii.edu/sp07>, http://hdl.handle.net/10125/4599).

Campbell, Lyle. 1999. *Historical Linguistics*. Cambridge: MIT Press.

Coomaraswamy, K. Ananda. 1985. *The Dance of Siva: Essays on Indian Art and Culture*. General Publishing Company: Toronto, Ontario.

Foucault, Michel (1983). "The Subject and Power." In Michel Foucault: Beyond Structuralism and Hermeneutics, edited by H. Dreyfus and P. Rabinow, 2nd ed. Chicago: The University of Chicago Press, 1983. pp. 208- 226

Hartman, Geoffrey, H. 1981. *Saving the Text: Literature/Derrida/ Philosophy*. The John Hopkins University Press: Baltimore and London.

Hopper, J. Paul and Elizabeth Closs Traugott. 1993. *Grammaticalization*. Cambridge: Cambridge University Press.

Lehman, Thomas. 1998. "Old Tamil." In Steever, Sanford (ed.). *The Dravidian Languages*. London: Routledge. Reprint in paperback 2006. pp. 75-99.

Jeffers, J. Robert and Ilse Lehiste. 1979. *Principles and Methods for Historical Linguistics*. The MIT Press: Cambridge.

Kandasamy, S. N. 2001. *Tamil Literature and Indian Philosophy*. International Institute of Tamil Studies, Chennai, Tamilnadu, India.

Pollock, Sheldon. 2003. (ed.) *Literary Cultures in South Asia: Reconstructions from South Asia*. University of California Press: Berkeley, California.

Pope, G. U. 1900. The TIRUVĀCAGAM or Sacred Utterences of the Tamil Poet, Saint, and Sage MĀNIKKAVĀCAGAR. Oxford at the Clarendon Press, Oxford.

Ramanujan, A. K. 1981. Hymns for the Drowning: *Poems for Viṣṇu by Nammaalvaar*. Princeton University Press: Princeton, New Jersey.

Ramasamy, Sumathi. 1997. *Passions of the Toungue: Language Devotion in Tamil India*, 1891-1970. University of California Press, Berkeley.

Renganathan, Vasu. 2008. "Rupa, Arupa and Rupa-Arupa: The Three Forms of Siva worship at the Natarajaa's Temple of Chidambaram, South India and their impact on the Temple Architecture." In அகத்தியலிங்கம் ச., அருள்ராஜ், வே.சா (தொகுப்பு). pp. 566-96.

Renganathan, Vasu. 2010. *The Language of Tirumular's Tirumantiram:*

A Medieval Saiva Religious Text. Ph.D. Dissertation, University of Pennsylvania, Philadelphia, USA.

Renganathan, Vasu. 2011. "Tamil Literature from Sangam to Modern Period: A Continuum with colorful changes: What does a search of the Tamil Electronic data reveal us?." *Proceedings of the International Tamil Internet Conference*, University of Pennsylvania, Phialdelphia, 2011. (http://www.infitt.org/conference_papers/ti2011_conf_papers.pdf).

Renganathan, Vasu. 2014. "Being Kṛṣṇā's Gōpi: Songs of Aṇṭāḷ, Ritual Practices and the Power Relations Between God and Devotee in the Contemporary Tamil Nadu". *Forum for World Literature Studies* Purdue University, USA and Shangai Normal University, China. Vol. 6. No. 4. December, 2014. pp. 649-74.

Shanmugam, S. V. 1995. "Manivaasakar thamizh". (Tamil). *Journal of Tamil Studies*. 47 & 48. pp. 52-83. Chennai: International Institute of Tamil Studies.

Sivathamby, Karthigesu. 1986. *Literary History in Tamil*. Thanjavur: Tamil University.

Vaidyanathan, S. 1967. "Indo-Aryan Loan words in the Civakacintamani." *Journal of the American Oriental Society*. Vol. 87. No. 4. (Oct. - Dec. 1967). pp. 430-434.

Vaiyapuri Pillai, S. 1944. *Tirukadukam and Sirupanjcamulam*. University of Madras series No. 15. Madras: University of Madras.

Varadarajan, M. 1957. *The Treatment of Nature in Sangam Literature*. Tinnevelly: The South India Saiva Siddhanta Works Publishing Society.

Venkatesan, Archana. 2010. The Secret Garland: *Antāl's Tiruppāvai and Nācciyār Tirumoli.* Translated with introduction and commentary. Oxford: Oxford University Press.